போர் இன்னும் ஓயவில்லை

ஷோபா சக்தியுடன் உரையாடல்கள்

போர் இன்னும் ஓயவில்லை

ஷோபா சக்தியுடன் உரையாடல்கள்

கருப்புப் பிரதிகள்

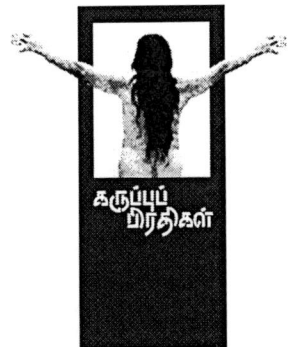

போர் இன்னும் ஓயவில்லை (நேர்காணல்கள்)
ஷோபாசக்தி

இரண்டாம் பதிப்பு: டிசம்பர் 2023
முதற் பதிப்பு: டிசம்பர் 2010
வெளியீடு: கருப்புப் பிரதிகள்
பி55, பப்பு மஸ்தான் தர்கா, லாயிட்ஸ் சாலை,
சென்னை 600 005. பேச: 9444272500
மின்னஞ்சல்: karuppupradhigal@gmail.com
©ஷோபாசக்தி
நூல்: விஜயன், கிரியேட்டிவ் ஸ்டுடியோ
அச்சாக்கம்: ஜோதி எண்டர்பிரைசஸ், சென்னை 600 005.
விலை ரூ. 160/-

Por Innum Oyavillai (Interview)

Shobasakthi

Second Edition: December 2023

First Edition: December 2010

by **Karuppu Pradhigal**
B55, Pappu Masthan Darga, Lloyds Road,
Chennai, Tamil Nadu, India PIN - 600 005
email : karuppupradhigal@gmail.com Cell : 94442 72500

© Shobasakthi

ISBN : 978-93-95256-93-3

Layout : Vijayan, Creative Studio

Printed by : Jothy Enterprises, Chennai-600 005.

Price : Rs. **160/-**

கருப்புக் குறிப்புகள்

உலகளவில் மார்க்சிய டிராட்ஸ்கிய சிந்தனைகளோடும், இந்தியா - ஈழ சாதியக் கட்டமைப்பிற்குள் பெரியார் - அம்பேத்கர் சிந்தனைகளோடும் தன்னைப் பொருத்திக் கொள்ளும் ஷோபாசக்தியிடம், நாவல், சிறுகதைகள், கட்டுரைகள் என்பதையும் தாண்டி உரையாடுவதற்கு நிறையக் கதையாடல்கள் உண்டு. அவற்றைப் பெறுவதற்கு தட்டையான தமிழ்த் தேசியத்திற்கும் அப்பாற்பட்ட காதுகளே நமக்கு தேவை.

பவுத்த சிற்பங்களில் எல்லாம், உரையாடல்கள் அனைத்தையும் செவிமடுக்கும் புத்தனின் காதுகளும், எல்லாத் திசை வழிகளிலும் பயணிக்கும் அவனின் கால் சக்கர குறியீடுகளும் பெரும் அழகியலோடு முன் வைக்கப்படுவதை உற்றுப் பார்த்தெல்லாம் புரிந்து கொள்ளத் தேவையில்லை.

புத்தனை புரிந்து கொள்ளாத இனவெறியன் ராஜபக்சேவையும், இந்திய பார்ப்பனியத்தையும் போன்றே விடுதலைக்கோரும் நாமும், சாதியொழிப்பு, பெண் விடுதலை, சிறுபான்மையினர் பிரச்சினை, மாற்றுப்பால் நிலையினர், எல்லாப் போர்களிலும் சூறையாடப்படும் குழந்தைகள், இன்னும் வகைப்பாடுகளின் மாதிரி வெளிச்சங்களுக்குள் வராத மனிதக் கதையாடல்கள், சனநாயக உரையாடல்கள் என எல்லாவற்றையும் நிராகரித்துவிட்டு எந்த விடுதலையையும் பெற முடியாது. முரண் ஒற்றித் தொடரும் உரையாடல்களில்தான் நாம் நமக்கு சூட்டிக் கொண்ட 'மனிதம்' என்பதின் பெயர்ச் சொல்லின் முழுமையை எய்த இயலும்.

அப்படியான உரையாடல்களை கடந்தப் பத்தாண்டுகளுக்கும் மேலாக நிகழ்த்தி வருபவர் ஷோபா. அவரது எழுத்தில் வந்து போகும் வெவ்வேறு புலங்களின் மனிதர்களைப் போன்றே, வெவ்வேறு விடுதலை சித்தாந்தங்களை முன் வைத்து இயங்கும் மனிதர்களோடும், இதழ்களில் நடத்திய உரையாடல்களின் பல்வேறு கால மன நிலை சார்ந்த விவாதங்களை வாசகர்கள் உணரவும் இப்பிரதிக்கு அப்பால் இன்னொரு உரையாடலை ஏற்படுத்தவும் இயலும்.

இவற்றை நூலாய் தொகுக்கத் துணை நின்ற ஷோபாசக்தி, தியோ ரூபன் (பிரான்ஸ்), கவின் மலர், அமுதா, விஜய் ஆனந்த் (பெங்களூரு), வழக்கம் போல் கருப்புப் பிரதிகளை அழகுப் பிரதிகளாக்கித் தரும் நண்பன் விஜயன், மதிவண்ணன், சங்கீதா ரூபன், உரையாடலில் பங்கேற்ற நண்பர்களுக்கும், அவற்றை வெளியிட்ட இதழாளர்களுக்கும் நன்றிகளைத் உரித்தாக்குகிறோம்.

நான் சொல்வது உங்களுடைய அறிவு, ஆராய்ச்சி, உத்தி, அனுபவம் இவைகளுக்கு ஒத்துவராவிட்டால் தள்ளி விடுங்கள். ஒருவனுடைய எந்தக் கருத்தையும் மறுப்பதற்கு யாருக்கும் உரிமை உண்டு. ஆனால் அதனை வெளியிடக் கூடாது என்பதற்கு யாருக்கும் உரிமை கிடையாது.

- பெரியார் ஈ.வெ.ரா.

வழிகாட்டிச் செல்லும் நெருப்புத் தூண் தந்தை பெரியாருக்கு

உள்ளே...

நான் சாத்தியமற்றதையே தேர்ந்தெடுக்க விரும்புகிறேன்
நேர்கண்டவர்: எம். பௌஸர்
எதுவரை? மே_ஜூன், 2010 13

என்னுடைய தேசிய இனம்: இலங்கை அகதி
நேர்காணல்: மீனா
அம்ருதா, நவம்பர், 2009 33

துயரங்களை பகடிகளாக்கும் கலகக்காரன்
நேர்காணல்: நீலகண்டன், சிராஜுதீன்
புது விசை, மே, 2007 51

இன்றெமக்கு வேண்டியது சமாதானமே
நேர்காணல்: அ. மார்க்ஸ்
தீராநதி, அக்டோபர், - 2008 81

மௌனம் என்பது சாவுக்குச் சமம்
நேர்கண்டவர்: டி.டி. ராமகிருஷ்ணன் 92

எழுதுவதால் கொல்லப்படக் கூடிய நிலை
நேர்காணல்: தளவாய் சுந்தரம்,
தீராநதி, ஜுன், 2004 102

போர் இன்னமும் ஓயவில்லை
நேர்காணல்: ரீ.சிவக்குமார்
ஆனந்த விகடன், 22.7.09 111

ஈழம் என்பது இந்தியாவின் கலாசார காலனி
நேர்காணல்: கடற்கரய்,
குமுதம், 14.02.2007 115

வரலாற்றை மொழிவதற்கு
தற்குறிகளுக்கும் உரிமையுள்ளது
நேர்காணல்: வெண்ணிலா,
புத்தகம் பேசுது, ஜனவரி, 2007 118

புலம்பெயர் இலக்கியமல்ல,
புலம்பெயர் இலக்கியங்கள் தான் உண்டு
நேர்காணல்: அயன்புரம் ராஜேந்திரன், நீலகண்டன், புதிய
கோடாங்கி, மார்ச் 2002 123

ஈழப் பிரச்சினையை மணிரத்னம் அளவு
கேவலமாக வேறு யாரும் சித்தரிக்க முடியாது!
நேர்காணல்: வி.எஸ். சிவதாணு,
இதழ், பத்திரிகை பெப்ரவரி, 2007 136

நான் சாத்தியமற்றதையே தேர்ந்தெடுக்க விரும்புகிறேன்

நேர்கண்டவர்: எம். பௌஸர்

எதுவரை? மே-ஜூன், 2010

என்னுடனான உரையாடலின் போது வாசிப்பு மீதான உங்களது தீராத ஆவலை வெளிப்படுத்தியதுடன் இலக்கியப் பிரதியை எழுதுவது என்பது உங்களுக்கு சலிப்பூட்டக் கூடிய வேலை என்றும் சொல்லியுள்ளீர்கள். ஆனால் சர்ச்சைக்குரிய பல்வேறு விவாதங்களில் மிக ஆர்வத்துடன் நீங்கள் இறங்குவதிலும் கருத்துப் போர்களை நடத்துவதிலும் சளைக்காமல் தானே இருக்கிறீர்கள். இதுவும் உங்களுக்கு அலுப்பை, மனத்தளர்வை ஏற்படுத்தவில்லையா?

நான் அளவுக்கு அதிகமாகக் கருத்துப் போர்களில் மினக்கெடுகிறேன் என்றொரு விமர்சனம் நீண்ட காலமாகவே உள்ளதுதான். என்னுடைய அரசியல், இலக்கிய நிலைப்பாடுகள், மதிப்பீடுகள் காலத்திற்குக் காலம் மாறி வந்தவைதான். ஆனால் நான் ஒரு நிலைப்பாட்டில் இருக்கும்போது அந்த நிலைப்பாட்டை முழுமையாக நம்பும்போது அந்த அரசியல் அல்லது இலக்கிய நிலைப்பாட்டிற்காக ஓயாமல் போரிடுவதுதான் நேர்மையான செயல் என்று நான் கருதுகிறேன். இதில் அலுப்பென்றும் சலிப்பென்றும் எதுவுமில்லை.

சமூகத்தின் எல்லாத் தளங்களிலும் இருப்பது போலவே இலக்கியத்தளமும் வர்க்கங்களாலும் சாதியாலும் பால்நிலையாலும் மேல் கீழாகத்தான் வடிவமைக்கப்பட்டிருக்கின்றது. பாஸிசத்தின் அடிவருடிகளும் இந்துத்துவ வெறியர்களும் சாதியப்

பற்றாளர்களும் குறுந் தேசியவாதிகளும் இலக்கியத்தளத்தினுள் தீவிரமாக இயங்கும்போது நாம் அவர்களைத் தீவிரமாக எதிர்த்து விரட்டியடித்தேயாக வேண்டும். இதிலென்ன சலிப்புள்ளது. உண்மையில் இதுவொரு உற்சாகமான வேலை.

தவிரவும் இலக்கியத்தளத்திலோ அரசியல் வெளிகளிலோ நான் வரித்துள்ள கருத்துகள் மிக மிகச் சிறுபான்மையினரின் கருத்துகளாகவே இருக்கும் போது எனக்கு இன்னும் பொறுப்பும் வேலையும் அதிகமிருக்கிறது. எடுத்துக்காட்டாக ஒட்டுமொத்தத் தமிழ் இலக்கிய எழுத்தாளர்களிலும் நான் ஒருவனே ட்ரொஸ்கியவாதி. நான் புலம்பெயர் சிறுபத்திரிகைகளில் எழுதத் தொடங்கிய காலத்தில் ட்ரொஸ்கியம் சார்ந்தே எனது கருத்துப் போர்கள் நிகழ்ந்தன. 'அம்மா' மற்றும் 'எக்ஸில்' இதழ்களைத் தளமாகக்கொண்டு நாங்கள் மிகச் சிலர் தலித்தியம், பின்நவீனத்துவம், விளிம்புநிலை அரசியல் குறித்த உரையாடல்களை, விவாதங்களைப் புகலிடத்தில் ஆரம்பித்தபோதும் சுற்றி நின்ற கொடும்பகையை எதிர்கொள்ள ஓயாமல் கருத்துப்போர் நடத்த வேண்டியிருந்தது.

ஈழப் போராட்டத்து அரசியல் என்று வரும்போது நான் புலிகளையும் இலங்கை அரசையும் கடுமையாக எதிர்த்து எழுதுபவன். நம்மிடையே இரண்டில் ஒரு பக்கமும் சாயாத இலக்கியவாதிகள் மிகச் சொற்பமானவர்களே. இந்த நிலையில் புலிகள் ஆதரவு எழுத்தாளர்களையும் அரசு ஆதரவு எழுத்தாளர்களையும் கடுமையாக எதிர்த்து, புலிகளாலும் அரசாலும் கொல்லப்பட்ட மக்களின் இரத்தத்தின் பேராலும் கண்ணீரின் பேராலும் எழுதாமலிருக்கும் ஒருவன் நானுமொரு எழுத்தாளன் என என்ன மயிருக்கு சொல்லிக்கொள்ள வேண்டும். புலிகளின் ஆதரவாளர்களையும் அரசு ஆதரவாளர்களையும் எதிர்த்து எழுதுவதில் அலுப்போ சலிப்போ ஈவிரக்கமோ காட்டவே கூடாது.

என்மீதான அரசியல் விமர்சனங்களிற்கு அப்பால் அவை அவதூறுகள் என்ற நிலையை அடையும்போது அதைப் பொருட்படுத்த வேண்டியதில்லைத்தான். ஆனால் அந்த அவதூறுகளின் துணையால் எனது அரசியல் நிலைப்பாடுகள் மீது சேறடிக்கும்போது அந்த அவதூறுகளிற்கும் உடனுக்குடன் பதில் சொல்லத்தான் வேண்டியிருக்கிறது. வேறு என்னத்தைச் செய்ய!

விவாதங்களிலும் தடாலடி பதில் போரிலும் இறங்கி உங்கள் படைப்புத்திறனை, அதன் விளைச்சலை சுருக்கிக் கொள்கிறீர்களே?

படைப்புத்திறன் என்ன ஒரு கோப்பை நீரா தீர்ந்துபோய்விட? இறைக்கிற கிணறுதான் சுரக்கும். நேரம் ஒரு பிரச்சினைதான், எனினும் நேரத்தைச் சாட்டுச்சொல்லி பிற்போக்குவாதிகளின் கருத்துகளை மௌனமாகச் சகித்துக்கொண்டிருப்பதைவிட மேலும் ஒரு மணிநேரம் கண் விழித்திருந்து அவர்களிற்கு எதிர்வினையாற்றவே நான் விரும்புகிறேன்.

ஆயுதப் போராட்ட அரசியலின் கசப்புகள் அதன் விளைவுகள் மட்டும்தான் உங்கள் இலக்கியமும் அரசியலும் என்று சொல்லலாமா?

யுத்தம் மட்டும்தானே வாழ்க்கையாயிருந்தது. வாழ்வின் அனைத்துப் பரிமாணங்களும் சிக்கல்களும் அரசியலும் கலையும், யுத்தம் என்ற பெரும் பூதத்தால்தானே கட்டியாளப்பட்டன. எனக்கு ஏழு வயதாயிருந்தபோது பிரபாகரனால் துரையப்பா பொன்னாலையில் கொல்லப்பட்டார். எனக்கு நாற்பத்தொரு வயதா யிருந்தபோது பிரபாகரன் முள்ளிவாய்க்காலில் கொல்லப்பட்டார். இடைப்பட்ட காலமென்பது யுத்தமும் யுத்தம் சார்ந்த வாழ்வும் தானே. பிரான்ஸுக்கு ஓடிவந்துவிட்டாலும் மனமும் செயலும் தாய்நிலத்தை மையப்படுத்தித்தானேயிருந்தன. பிரான்சுக்கு வந்த இந்தப் பதினேழு வருடங்களில் தேடியது அந்நியன் என்ற புறக்கணிப்பையும் கடனையும் நோயையும் தவிர வேறெதுவுமில்லை. ஒரு தீவிர, சுறுசுறுப்பான அரசியல் பிராணியான எனக்கு பிரஞ்சு அரசியலிலோ பிரஞ்சு இலக்கியத்திலோ பிரஞ்சுக் கலாசாரத்திலோ ஒட்டவே முடியாமல் போய்விட்டது. இன்றுவரை தடக்குப்படாமல் எனக்குப் பிரஞ்சுமொழி பேசவராது. நான் யுத்தத்தின் குழந்தை. என்னைப் போன்றவர்களிற்கு எங்களின் மரணம்வரை யுத்தத்தின் வடுக்கள் தொடர்ந்துகொண்டேயிருக்கும்.

ஆயுதப் போராட்டம் வெறுமனே கசப்புகளை மட்டும்தான் எனக்குக் கொடுத்தது என்றும் சொல்லமாட்டேன். நூற்றாண்டுகளாய் அரசியல் உணர்வின்மையாலும் அடிமைக் கருத்தியலிலும் உழன்றுகொண்டிருந்த ஈழத் தமிழ்ச் சமூகத்தை ஆயுதப் போராட்டம் விழித்தெழச் செய்தது. கிட்டத்தட்ட ஒட்டுமொத்த சமூகத்தையும் அது சிங்களப் பேரினவாத அரசுகளிற்கு எதிரான அரசியல் கூட்டு மனநிலைக்குக் கொண்டுவந்திருக்கிறது.

சமூகத்தின் அடித்தளத்தில் ஒதுக்கப்பட்டிருந்த மனிதர்களும் பெண்களும் அரசியல்வெளிக்கு வந்தார்கள். ஆயுதப் போராட்டம் ஈழ மக்களின் பிரச்சினையை சர்வதேச அளவில் பரப்புரை செய்வதற்கு காரணியாயிருந்தது. ஈழப் போராட்டம் கசப்பான பக்கங்களை மட்டுமல்ல இத்தகைய அருமையான பக்கங்களையும் கொண்டதுதான்.

என்னுடைய அரசியலும் இலக்கியமும் ஈழப் போராட்டத்தை மையப்படுத்தித் தொடங்கியது எனினும் கடந்த இருபது வருடப் புலம்பெயர்ந்த வாழ்வு பல்வேறு வகையான அரசியல் போக்குகளையும் இலக்கியப் போக்குகளையும் பயிலும் வாய்ப்பை எனக்கு வழங்கியுள்ளது. யாரும் ஏற்றுக்கொள்கிறார்களோ இல்லையோ நான் என்னை ஒரு மார்க்ஸியவாதியாகவே அடையாளப் படுத்துவேன். என் இன்றைய அரசியலும் இலக்கியமும் மார்க்ஸியத்தை அடிப்படையாகக் கொண்டது.

மார்க்ஸியம் என்றால் எவ்வகைப்பட்ட மார்க்ஸியம்? மார்க்ஸியத்துக்குள்ளும் பல்வேறு போக்குகள் உள்ளனவே?

மார்க்ஸியம் என்பது ஒடுக்கப்பட்டவர்களின் விடுதலைக்கான அறம், ஒரு குறியீடு. மரபு மார்க்ஸியத்தின் போதாமைகள், இன்றைய உலகச்சூழலில் மார்க்ஸியம் எதிர்கொள்ளும் கேள்விகள், மார்க்ஸிய அமைப்புகளின் இறுகிய அதிகார வடிவங்கள் இவை குறித்தெல்லாம் ஏராளமான கேள்விகளையும் உரையாடல்களையும் மார்க்ஸியர்களே நடத்தியிருக்கிறார்கள். இந்த உரையாடல்கள் தொடருகின்றன. மார்க்ஸியத்தின் அடிப்படையில் புதிய பார்வைகளும் விமர்சனங்களும் கோட்பாடுகளும் உருவாக்கப்படுகின்றன. இது இடையறாது நடக்கும் ஒரு அரசியற் செயற்பாடு. இந்தச் செயற்பாடுதான் எனக்கான மார்க்ஸியம்.

உங்களுடைய கதைப் பிரதிகள் பல்வேறு காலகட்டங்களையும் முக்கியமான சம்பவங்களையும் ஆவணப்படுத்தும் பங்களிப்பை வழங்குகிறது. ஆனால் இதில் உண்மைச் சம்பவங்கள் எவை, புனைவு எவை என்கிற குழப்பமும் வரலாற்றுத் தடுமாற்றமும் வாசகருக்கு ஏற்படுகிறதே? இது பற்றி என்ன சொல்கிறீர்கள்?

உங்கள் கேள்வியில் ஒரு குற்றம் சாட்டும் தொனியை நான் அடையாளம் காண்கிறேன். எது வரலாறு, எது புனைவு என வாசிப்பவருக்கு ஒரு மயக்கத்தை ஏற்படுத்துமளவிற்குப் புனைவை நம்பகமான மொழியில் நான் எழுதுகிறேன் என்பதற்காக

முறைப்படி நீங்கள் என்னைப் பாராட்டியிருக்க வேண்டும். கிடக்கட்டும் விடுங்கள்.

வரலாற்று நிகழ்வுகளின், பாத்திரங்களின் பின்னணியில் ஒரு புனைவை உருவாக்குவது மிக வழமையான ஒன்றுதான். எடுத்துக்காட்டுகளிற்கு வேறெங்கும் போகத் தேவையில்லை, ஈழப் போராட்டத்தை மையமாகக் கொண்டு எழுதப்பட்ட 'லங்காராணி', 'புதியதோர் உலகம்' நாவல்கள் அவ்வகைப்பட்டவையே.

வரலாற்றுத் தடுமாற்றம் ஒரு தேர்ந்த வாசகருக்கு ஏற்பட வாய்ப்பேயில்லை. மார்க்ஸிம் கார்க்கியின் 'தாய்' நாவலை அவர் பாவெலின் கதையாகவே படிக்கிறார். சோவியத் புரட்சி குறித்த துல்லியமான வரலாறு அவருக்குத் தேவைப்பட்டால் அவர் ஜோன் ரீடின் உலகைக் 'குலுக்கிய பத்து நாட்கள்' நூலைப் படிக்க வேண்டியதுதான்.

உங்கள் பிரதிகளை வெறும் புனைவாக மட்டுமே அணுகவேண்டுமென சொல்கிறீர்களா? அதற்கு வேறு தளங்கள் இல்லையா?

வரலாற்று இலக்கியப் பிரதியை முழுமையான வரலாற்று ஆவணமாக வரையறுக்கத் தேவையில்லை. அப்படி வரையறுத்தால் ராமர் பாலம் போலவும் ராம ஜென்மபூமி போலவும் வேண்டாத இழவுகள்தான் பிரச்சினைகளாகக் கிளம்பும். வரலாற்றை அடிப்படையாகக் கொண்ட இலக்கியப் புனைவுப் பிரதிகள் வரலாற்று ஆவணங்கள், வாய்மொழிக் கதைகள், தகவல்கள் போன்றவற்றொடு புனைவையும் கலந்தே எழுதப்படுகின்றன. இதற்குத் தமிழின் ஆகச் சிறந்த எடுத்துக்காட்டுகளாக ப.சிங்காரத்தின் 'புயலில் ஒரு தோணி'யையும் சு.வெங்கடேசனின் 'காவல் கோட்டம்' நாவலையும் நான் சொல்வேன்.

வரலாற்றுச் சம்பவங்களை நான் திரித்திருக்கிறேன் என்று நீங்கள் சொன்னால் அதைக் குறித்து விவாதிக்கலாம். அதைவிடுத்து வரலாற்றையும் புனைவையும் கலந்து எழுதுகிறீர்களே எனக் கேட்டால் அதை இலக்கியம் அனுமதிக்கும் என்று மட்டுமே சொல்லலாம்.

தமிழ்ச்சூழலின் எதிர்ப்பிலக்கிய எழுத்தில் முக்கியமானவர் நீங்கள், இந்த எதிர்ப்பிலக்கியம் அல்லது மாற்று இலக்கியத்தின் அடைவுகளாக இன்று நீங்கள் காண்பது எதனை?

நாங்கள் இயங்கிக்கொண்டிருக்கும் சிறுபத்திரிகைகள் சார்ந்த இலக்கியப் பரப்பு மிகச் சிறிது. தமிழ்த் தேசியம், சாதியப்

பிரச்சினைகள், இஸ்லாமியர்களின் மற்றும் பால்நிலையால் கீழாக்கி வைக்கப்பட்டவர்களின் பிரச்சினைகள், கலாசார அடிப்படைவாதம் போன்றவை குறித்துச் சிறுபத்திரிகைத் தளத்திலும் அறிவுத்தளத்திலும் ஒரு மாற்றுப் பார்வையை உருவாக்க முயற்சிகள் செய்துகொண்டிருக்கிறோம். அடைவுகள் என்று குறிப்பிட்டுச் சொல்ல இதுவரை ஏதுமில்லை. அவ்வளவு சுலபமாக எல்லாம் ஆதிக்க சக்திகள் நமக்கு வழிவிட்டுவிட மாட்டார்கள்.

எதிர்ப்பிலக்கியம் எதிர்கொள்ளும் சவால்களை நாம் உணரமுடியும். அதுவும் இலங்கைத் தமிழ்ச் சூழல் சார்ந்த எதிர்ப்பிலக்கியவாதிகளுக்கு ஏற்படும் நெருக்கடிகள், மன அழுத்தங்கள் இதனை நீங்கள் எப்படி எதிர்கொண்டு வருகிறீர்கள்?

எழுத்தின் வழிதான் எதிர்கொள்கிறேன். ஓயாமல் செயற்படுவதால் மட்டுமே இந்த நெருக்கடியை எதிர்கொள்ள முடியும். "பாஸிசத்தை எதிர்கொள்வதற்கான ஒரேவழி அதன் கண்களை விடாமல் உற்றுப் பார்ப்பதுதான்" என்பார் தருண் தேஜ்பால்.

விடுதலைப் புலிகளையும் அரசாங்கத்தையும் தொடராக விமர்சித்தே வந்திருக்கிறீர்கள், விடுதலைப்புலிகளின் இராணுவ அரசியல் தோல்வியையும், அரசாங்கத்தின் இராணுவ, அரசியல் வெற்றியையும், கடந்த ஒரு வருடத்துக்குள் எப்படி மதிப்பிடுகிறீர்கள்?

விடுதலைப் புலிகளின் தோல்வி எதிர்பார்க்கப்பட்ட ஒன்றுதான். அவர்கள் எப்போது மக்கள்மீது அதிகாரப்போக்கைக் கடைப்பிடிக்கத் தொடங்கினார்களோ அப்போதிலிருந்தே அவர்களின் அரசியல் தோல்வி தொடங்கிவிட்டது. இலங்கை அரசின் புலிகளின் மீதான இராணுவ வெற்றி என்பது சர்வதேச வல்லாதிக்கவாதிகளின் இராணுவ, நிதி மற்றும் திட்டமிடல் உதவியுடன் சாத்தியமாகிய ஒன்று.

அநேகமாக இனிப் புலிகள் குறித்துப் பேசுவதற்கு எதுவுமே இல்லை என்றுதான் கருதுகிறேன். புலித்தலைமை இயக்கத்தின் அனைத்து அதிகாரங்களையும் செயற்பாடுகளையும் மையத்திலேயே குவித்து வைத்திருந்ததால் தலைமையின் அழிவோடு அந்த இயக்கமும் முற்றாகச் செயலிழந்துபோனது. புலிகள் இயக்கம் இனிக் கட்டியெழுப்பப்பட முடியாத ஒன்று. ஆயுதப் போராட்டம் இனி ஈழத்தில் சாத்தியமே கிடையாது என்பதை அரசின் இராணுவப் பலத்திலிருந்து அல்லாமல் ஈழத்

தமிழ் மக்களின் பட்டுக் களைத்துப்போன மனநிலையிலிருந்து சொல்கிறேன்.

இப்போதைய பிரச்சினை மகிந்த ராஜபக்சவின் பேரினவாத அரசுதான். மகிந்த ஒட்டுமொத்த இலங்கைத் தீவு முழுவதும் தனது எல்லையற்ற அதிகாரத்தைக் கட்டவிழ்த்து விட்டுள்ளார். சட்டம், நீதி எல்லாமே அவரினதும் அவரின் குடும்பத்தினரினதும் சட்டைப் பைக்குள்தான் கிடக்கின்றன. சிங்கள இராணுவ உயரதிகாரிகள், பத்திரிகையாளர்கள் போன்றவர்களையே இந்த அரசு நீதிக்குப் புறம்பாகச் சிறையிலடைத்தும் கொலைசெய்தும் வரும்போது சிறுபான்மை இனங்களின் நிலையை என்னவென்று சொல்வது.

அண்மைய பொதுத் தேர்தலில் தமிழ்த் தேசிய சக்திகள் பலகூறாக தேர்தலை எதிர்கொண்டன, இதில் தமிழ்த் தேசியக் கூட்டமைப்பின் வெற்றி குறித்து?

உண்மையில் அவை ஆயுதக் கலாசாரத்திற்கு எதிரான வாக்குகளே என்று கருதுகிறேன். பொதுப் புத்தியை நாடிபிடித்து அறிவதில் பழம்தின்று கொட்டைபோட்ட தமிழரசுக் கட்சியின் மூத்த தலைகள் புலிகளால் தமிழ்த் தேசியக் கூட்டமைப்பிற்குள் அனுப்பிவைக்கப்பட்ட பத்மினி, கஜேந்திரன் போன்றவர்களைப் புத்திசாலித்தனமாகக் கழற்றி விட்டு சமூக மதிப்புப் பெற்ற வெள்ளை வேட்டிக் கனவான்களான சரவணபவன் போன்றவர்களை உள்வாங்கிக்கொண்டார்கள். கடும் தேசியவாதம் பேசிய சிவாஜிலிங்கம் போன்றவர்கள் கடுமையாகத் தோல்வியைத் தழுவ மிதவாதம் பேசிய தமிழ்த் தேசியக் கூட்டமைப்பு வடக்கு/கிழக்கு தமிழ் மக்களின் வாக்குகளை அதிகளவில் பெற்றுக் கொண்டுள்ளது. இருபத்தைந்து வருடங்களிற்கு முன்னால் மக்களால் முற்றாக நிராகரிக்கப்பட்ட அதே திருட்டுக் கும்பல் மறுபடியும் மக்களின் வாக்குகளைப் பெற்று நாடாளுமன்றத்திற்குச் சென்றிருப்பதே தமிழ் மக்களின் அரசியல் வீழ்ச்சிக்கான அடையாளம். ஆனால் தேர்தலில் போட்டியிட்ட மற்றக் கட்சிகள் எல்லாம் இவர்களை விட மோசமானவர்கள் என்பதுதான் தீவின் ஒட்டுமொத்த அறம் சார்ந்த அரசியல் வீழ்ச்சிக்கான அடையாளம்.

இலங்கையின் ஆளும்வர்க்கம், பிராந்திய, உலகளவிலான அதிகாரவர்க்கத்திற்கு முழு நாட்டினையும், நாட்டு மக்களின் இறைமையையும் தாரைவார்த்து வருவது குறித்து என்ன சொல்ல விரும்புகிறீர்கள்?

பொதுச் சொத்துக்கள் பன்னாட்டு நிறுவனங்களிற்கு விற்றுத்தள்ளப்படுவதாலும் உலக வங்கியிடமும் சர்வதேச நாணய நிறுவனத்திடமும் மேற்கு நாடுகளிடமும் அபிவிருத்தி என்ற போர்வையில் இலங்கை அரசு வகை தொகையில்லாமல் கடன்களை வாங்குவதாலும் இலங்கையின் மீது வல்லாதிக்கவாதிகளின் பிடி இறுகிக்கொண்டே வருகிறது. இவற்றைச் செய்து கொடுப்பதால் இலங்கை அரசின் அதிகார வர்க்கமும் நாட்டின் மிகச்சில செல்வந்தக் குடும்பங்களும் ஊழல் பணத்தாலும் ஒப்பந்தக் கூலிகளாலும் கொழுத்துப் போய்க் கிடக்கிறார்கள்.

இது தவிர்க்க முடியாது என்று வாதிடுபவர்களும் உள்ளனர், இன்றைய சர்வதேச அரசியல் சூழல், மறு காலனியாக்கம், உலகமயமாக்கம் போன்ற விடயங்கள், இலங்கையில் எந்தளவிலான தாக்கத்தையும் அனுகூலத்தையும் பிரதிகூலத்தையும் விளைவிக்கும்?

தவிர்க்க முடியாது என்றால் அதை எதிர்ப்பே இல்லாமல் ஏற்றுக்கொண்டு நாம் அழிந்துபோவதா? உலகமயமாக்கலால் எந்த மூன்றாம் உலக நாட்டு மக்களிற்கும் நன்மை கிடையாது. அது அபிவிருத்தி என மத்தியதர வர்க்கம் மயங்கலாம். தரகு முதலாளிய வர்க்கம் எரிகிற வீட்டில் பிடுங்கலாம். ஆனால் நாட்டின் மிகப் பெரும்பான்மையான உழைக்கும் மக்களிற்கு உலகமயமாக்கம் என்பது பேரழிவே.

இலங்கையின் பொதுத் துறைகளை வாங்கும் பன்னாட்டு நிறுவனங்கள் மலிவு கூலியில் தொழிலாளர்களை வதைத்தெடுக்கின்றன. நாட்டின் சுதந்திர வர்த்த வலயங்களில் தொழிலாளர்களிற்கு எதுவித தொழிற்சங்க உரிமைகளும் கிடையாது. இலங்கைக்குக் கடனை வழங்கும் உலக வங்கி போன்ற நிறுவனங்களும் வல்லாதிக்க நாடுகளும் இலங்கையில் பொதுமக்களிற்கு வழங்கப்படும் மானியங்களை நிறுத்த அரசுக்கு உத்தரவிடுகிறார்கள். மானிய வெட்டினால் உணவுப்பொருட்களின் விலைகள் எகிறிப்போகின்றன. மருத்துவம், கல்வி, வீடு போன்ற அனைத்து அடிப்படை வசதிகளும் ஏழைகளிற்குத் தூரமாக்கப்படுகின்றன.

இலங்கையின் அரசியல் ஒரு தடத்திலும் இந்தத் தாராளமயமாக்கல் இன்னொரு தடத்திலும் செல்வதில்லை. அவை ஒன்றையொன்று ஆழமாகப் பாதிக்கின்றன. இன்றைய இலங்கை அரசுக்கு எதிரான போராட்டம் என்பது தாராளமயமாக்கலுக்கு எதிரான

போராட்டம்தான். இன்றைய தாராளமயமாக்கலுக்கு எதிரான போராட்டம் என்பது இலங்கை அரசுக்கு எதிரான போராட்டம்தான்.

இந்தப் பின்னணியில் தமிழ், முஸ்லிம் மக்களின் எதிர்காலம்? சிறுபான்மை இன அரசியல்?

யுத்தத்தால் வாழ்வை இழந்து நிற்கும் மக்களிற்கு மீளவும் வாழ்வை அமைத்துக் கொடுப்பதே இன்றைக்குத் தேவையான அரசியல் என்று சொல்லப்படுகிறது. அந்த மக்களிற்கு மீள் வாழ்வை அளிப்பது மிக முக்கியமான ஒன்றுதான். ஆனால் அத்துடன் தமிழர்களுடைய அரசியல் நின்றுவிட வேண்டும் என்று இலங்கை அரசு மட்டுமல்ல மற்றைய அரசியல் கட்சிகளும் விரும்புவதுதான் கொடுமை. நாட்டுடைய அபிவிருத்தியை முன்னிறுத்தி எப்போது பார்த்தாலும் சனாதிபதி பேசிக்கொண்டிருக்கிறார். அவர் அபிவிருத்தி என்று சொல்வதெல்லாம் பொதுத்துறைகளை பன்னாட்டு நிறுவனங்களிற்கு விற்பதும் தாளமுடியாத கடன் சுமைக்குள் இலங்கையை அமிழ்த்தி விடுவதும்தான் என முந்தைய பதிலில் உங்களிற்குச் சொல்லியிருக்கிறேன்.

இந்த மீள்வாழ்வு, அபிவிருத்தி போன்ற போர்வைக்குள் சிறுபான்மை இனங்களின் அரசியல் பிரச்சினையை மூடி மறைத்துவிட அரசு முயற்சிக்கிறது. அரசு ஆதரவுச் சிறுபான்மைக் கட்சிகளின் தலைவர்களும் இந்த விடயத்தில் அரசுக்கு ஒத்துழைக்கிறார்கள். உண்மையில் இன்று மிகுந்த பலத்தோடு இருக்கும் மகிந்தவின் அரசை எதிர் கொள்வதற்குச் சிறுபான்மை யினரிடம் ஒரு அரசியல் சக்தியோ, தலைமையோ கிடையாது.

இனப்பிரச்சினைக்கான தீர்வாக எதைத்தான் கருதுகிறீர்கள்?

தீர்வென்றெல்லாம் கண்ணுக்கெட்டிய தூரத்தில் ஏதும் கிடையாது. இங்கே பிரச்சினைதான் இருக்கிறது. நாட்டின் இறைமை குறித்தோ, சிறுபான்மை இனங்களிற்கு நீதியான தீர்வு கிடைக்க ஒரு நேர்மையான அரசியல் வேலைத் திட்டத்தை உருவாக்குவது குறித்தோ எந்த அரசியல் கட்சிக்கும் அக்கறை கிடையாது. அதிகாரத்துக்கும் பொதுச் சொத்துகளைக் கொள்ளையடிப்பதற்குமான நெடிய அரசியல் சூதாட்டத்தையே அரசியல் கட்சிகள் நடத்திக்கொண்டிருக்கின்றன. சிறுபான்மை யினரின் கட்சிகள், ஜே.வி.பி, பொதுவுடமைக் கட்சிகள் எல்லாவற்றையும் சேர்த்துத்தான் சொல்கிறேன். எவையும் யோக்கியம் கிடையாது. கடந்த வருடம் வன்னியில் இலங்கை அரசு

மாபெரும் இனப்படுகொலையை பொதுமக்கள்மீது கட்டவிழ்த்து விட்டபோது எந்த அரசியல் கட்சி மக்களுக்காகப் பேசியது? தமிழ்த் தேசியக் கூட்டமைப்பு புலிகளைக் காப்பாற்றுவதற்கு மட்டுமே யுத்த நிறுத்தத்தைக் கேட்டது.

கூட்டமைப்புக்கு மக்கள்மீது அக்கறையிருப்பின் மக்களை விடுவிக்குமாறு புலிகளிடமும் கேட்டிருக்கும். இன்றைக்கு நியாயம் பேசும் சம்பந்தனோ, மாவை சேனாதிராசாவோ அன்று புலிகளிடம் மக்களை விடுவிக்குமாறு கோரிக்கை வைக்கவில்லையே. அன்றும் அவர்கள் நாடாளுமன்ற உறுப்பினர்கள் தானே, அவர்கள் இலங்கை அரசுக்கு எதிராக நாடாளுமன்றத்திலோ வெளியில் மக்களைத் திரட்டியோ எதுவித போராட்டத்தையும் நடத்தவில்லையே. ஆகக் குறைந்தது நாடாளுமன்ற உறுப்பினர் பதவிகளைக் கூடத் துறக்கவில்லையே. இவர்கள் இம்முறையும் நாடாளுமன்றத்திற்குச் சென்று எதையும் சாதிக்கப்போவதில்லை. தமிழ் மக்களிற்கான உரிமைகளைப் பெற்றுக் கொடுப்பதற்கு இவர்களிடம் எந்த வேலைத்திட்டமும் கிடையாது.

முன்பு ஆயுத இயக்கங்களாயிருந்து இன்றைக்கு அரசியல் கட்சிகளாக மாறியிருக்கும் அமைப்புகளிடமும் சிறுபான்மை யினரின் உரிமைகளை வென்றெடுப்பதற்கான எந்த அரசியல் வேலைத்திட்டமும் கிடையாது. அகதிகளுக்கு நிவாரணம், மீள்குடியேற்றம் என்பதற்கு அப்பால் அவை அரசியல்ரீதியாக முன்னே செல்லத்தயாரில்லை. மறுபடியும் சொல்கிறேன் நிவாரணமும் மீள் குடியேற்றமும் அவசியமானவைதான். ஆனால் சிறுபான்மை இனங்களின் அரசியல் உரிமைகளும் மிக முக்கியமானவையே. நிவாரணங்களைப் பெற்றுக்கொடுப்பதுதான் அரசியல் கட்சிகளுடைய வேலையென்றால் தமிழர்களுக்கு கட்சிகளே வேண்டியதில்லை. செஞ்சிலுவைச் சங்கமே தமிழர்களிற்குப் போதுமானது. இதில் இன்னொரு நன்மையுமுண்டு, செஞ்சிலுவைச் சங்கம் வெள்ளை வானில் ஆட்களைக் கடத்துவதில்லை. ஆட்களைக் கடத்தி வைத்துக்கொண்டு பணயத்தொகை கேட்பதுமில்லை, பணயத்தொகை கிடைக்காவிட்டால் கொல்வதுமில்லை.

இன்றைய நிலையில் எந்தவகையான அரசியல் வேலைத் திட்டத்தை எதிர்பார்க்கிறீர்கள்?

ஓர் இடதுவகைப்பட்ட எதிர்ப்பு அரசியல் இயக்கம் நமக்கு இன்று மிக அவசியமானது. அதை எங்கிருந்து

தொடங்குவது என்பதெல்லாம் கடும் சிக்கலான பிரச்சினையே. மாற்று அரசியல் செயற்பாடுகளை கொடும்கரம் கொண்டு அடக்கத் தயங்காத சர்வ அதிகாரமும் பெற்ற மகிந்த ராஜபக்சவின் அரசை எதிர்ப்பதும் அதற்கு எதிராக மக்கள்திரளை அணிதிரட்டுவதும் மிகக் கடினமான பணிகளே. இலங்கை அரசை விமர்சிப்பவர்களும் பத்திரிகையாளர்களும் இன்றும் நாட்டைவிட்டுத் தப்பியோடிக்கொண்டிருக்கையில் மாற்று அரசியல் முன்னெடுப்பு என்பது இப்போதைக்கு நடைமுறைச் சாத்தியமில்லாதது போன்று தோற்றமளிக்கலாம். அப்படியானால் எதுதான் சாத்தியம் என்ற கேள்வியிருக்கிறதல்லவா! மகிந்த ராஜபக்சவின் அரசோடு அணைந்துபோய் அரசியல் செய்வதுதான் புத்தியான காரியம் என்று சில தமிழ் அறிவாளர்கள் சொல்கிறார்கள். அரசோடு அணைந்துபோய் எதைச் சாதித்துவிட முடியும்? வீதி களைத் திருத்துவதும் கூடாரங்கள் அமைக்க தகரங்கள் பெற்றுக் கொடுப்பதுமா அரசியல் செயற்பாடுகள்? இவையா ராஜபக்ச அரசின் தமிழ் மக்களுக்கான தீர்வுகள்? தாங்கள் யுத்தத்தில் அழித்தவற்றை மக்களின் வரிப்பணத்தில் தங்கிநிற்கும் அரசாங்கம் மறுபடியும் செப்பனிடுவது மிகச் சாதாரணமான செயல். இதை அரசின் சாதனையாகவும் கருணையாகவும் கொண்டாடுபவர்களை என்ன சொல்வது!

சோசலிஸப் புரட்சி போன்ற கனவுகள் குறித்தெல்லாம் நான் பேசவில்லை. சனநாயகமே அற்ற பயங்கரவாத அரசை எதிர்த்து இடது அரசியலைக் கட்டியமைப்பது குறித்தே நான் பேசுகிறேன். இது சாத்தியமில்லாமல் கூட இருக்கலாம். ஆனால் இனவாத அரசின் கால்களை நக்குவதும், அபிவிருத்தி, புனரமைப்பு என்ற பெயர்களில் சிறுபான்மை இனங்களின் உரிமை கோரிய அரசியலை கருணை கோரிய அரசியலாய் சிதைப்பதுதான் இலங்கையில் சாத்தியமென்றால் நான் சாத்தியமற்றதையே தேர்ந்தெடுக்க விரும்புகிறேன். சாத்தியமாகும் தீமையைவிட சாத்தியமாகாத நன்மை எப்போதுமே சிறந்தது.

சாதிய அரசியலை முன்னிறுத்துவதும், சாதியொழிப்பு அரசியலுக்கு குரல் கொடுப்பதும் வெவ்வேறானவை, இந்த வேறுபட்ட அரசியல் போக்கை, சாதியம் தொடர்பான நிலைப்பாட்டை எப்படிப் பார்க்கிறீர்கள்?

ஈழத்தைப் பொறுத்தவரை ஆதிக்கசாதியினர் எப்போதுமே எல்லாவற்றிலும் சாதியை முன்னிறுத்தியே செயற்படுகிறார்கள். வெளிப்படையான சாதிச் சங்கங்கள் அவர்களிடம் இல்லாவிட்டாலும்

அரசியல், பொருளியல், கல்வி, மதம் என அனைத்து சமூக நிறுவனங்களும் அவர்கள் வசமே உள்ளன. அங்கே ஒவ்வொரு நிறுவனங்களும் மறைமுகமான ஆதிக்கசாதியச் சங்கங்களே. புகலிடத்தில் கூட இந்துக்கோயில்களும் பெரும்பாலான ஊர்ச் சங்கங்களும் பழைய மாணவர் சங்கங்களும் மறைமுகமான ஆதிக்கசாதிச் சங்கங்களே.

ஆனால் அதே ஆதிக்கசாதியினர்; சாதியொழிப்பை முன்னிறுத்தும் தலித்துகள் அமைப்பானால் தலித்துகளின் அமைப்புகள் மீது சாதிச் சங்கங்கள் என்ற முத்திரையைக் குத்துகிறார்கள். ஆதிக்கசாதியினர் சாதியத்தைப் பாதுகாக்க அமைப்பாகிறார்கள். தலித்துகள் சாதியத்தை ஒழிக்க அமைப்பாகிறார்கள். இன்றைய சிறுபான்மைத் தமிழர் மகாசபையோ, தலித் சமூக மேம்பாட்டு முன்னணியோ சாதிச் சங்கங்கள் இல்லை. அவை ஒரு தனித்த சாதிக்கான அமைப்புகள் இல்லை. அவை தீண்டாமைக்கு உட்பட்ட அனைத்து சாதிகளையும் இணைத்துச் செல்வதற்கான அமைப்புகளே.

வெள்ளாளர்கள், பார்ப்பனர்கள் போன்ற ஆதிக்கசாதி அறிவுஜீவிகள் இப்போது தங்களைத் தலித் அமைப்புகள் புறக்கணிப்பதாக மூக்குச் சிந்த ஆரம்பித்திருக்கிறார்கள். சாதியொழிப்பில் தங்களுக்கும் அக்கறையிருக்கிறதென்றும் அதைத் தலித்துகள் புரிந்துகொள்ள மறுக்கிறார்கள் என்றும் அவர்கள் சொல்லுகிறார்கள். அவ்வாறான அக்கறையுள்ளவர்களிற்கு தலித்துகளிடம் சொல்வதற்கு ஏதுமில்லை. ஏனெனில் தலித்துகள் சாதி இழிவு நீங்கவேண்டும் என்ற உணர்மையுடனே இருக்கிறார்கள். இந்த ஆதிக்கசாதியினர் தங்கள் சொந்தச் சாதியினரிடத்தில் சாதியத்திற்கு எதிரான பிரச்சாரத்தைச் செய்யட்டும். அதைச் செய்து முடிக்கவே அவர்களிற்கு ஆயுள் போதாது. தங்கள் சொந்தச் சாதியினரிடம் நேரடியாகவும் மறைமுகமாகவும் செயற்படும் சாதியச் சங்கங்களை அவர்கள் ஒழிக்க முயற்சி செய்யட்டும். அதன்பின்பு தலித்துகள் வைத்திருப்பது சாதியச் சங்கமா அல்லது சாதியொழிப்புச் சங்கமா போன்ற விவாதங்களில் அவர்கள் ஈடுபடலாம்.

எழுத்திற்கான அங்கீகாரம், அங்கீகார மறுப்பு பற்றிய மனச்சிக்கல்கள் தமிழ் எழுத்துலகில் தொடர்ந்து நிலவி வருகிறது, ஒரு படைப்பாளன் என்ற வகையில் இந்த விடயத்தில் உங்கள் அனுபவம்தான் என்ன?

எழுத்தை அங்கீரிப்பதில்லை என்ற குற்றச்சாட்டே அங்கீகாரத்தை

எதிர்பார்ப்பதால்தானே வருகிறது. என்னைப்பொறுத்தவரை அங்கீகாரத்தை எதிர்பார்த்துக் கொண்டிருந்தால் ஒரு பயிரும் பண்ண முடியாது என்றுதான் கருதுகிறேன். என்னுடைய எழுத்துகள் நிராகரிப்புகளையே அதிகம் பெற்றிருக்கின்றன. துரோகி, அரசாங்கக் கைக்கூலி என்று எத்தனை பட்டங்கள் என்மீது சுமத்தப்பட்டன. மறுபுறத்தில் 'கொரில்லா' வெளியானபோது அது புலிகள் ஆதரவு நாவல் என்று கற்சுறா, எம்.ஆர். ஸ்டாலின் போன்றவர்கள் விமர்சித்தார்கள். அய்ந்து சதத்திற்கும் பெறுமதியில்லாத பிரதியது என்று எழுதினார் கற்சுறா. ஊடகப் பலத்தைத் தங்கள் கையில் வைத்திருக்கும் தமிழ்த் தேசியவாதிகளும் அவர்களது ஊடகங்களும் என்னுடைய எழுத்துகளை துரோகி என்ற ஒரு சொல்லினால் நிராகரித்துச் சென்றனர். இதனால் எனக்கு எந்த நஷ்டமும் கிடையாது. இலக்கியத்தின் நோக்கம் அங்கீகாரத்தைக் கோருவதாக இருக்கக்கூடாது. அங்கீகாரத்தை நோக்கி எழுத ஆரம்பித்தால் அங்கேயே சமரசம் தொடங்கி விடும். அதன்பின்பு அங்கே இருப்பது இலக்கியமல்ல. அங்கேயிருப்பது அங்கீகாரம் கோரிய வெறும் விண்ணப்பம் மட்டுமே. நான் எனது நூல்களுக்கு முன்னுரை கூடப் பெறுவதில்லை. எனக்கு அந்த அங்கீகாரம்கூட வேண்டியதில்லை. இதையெல்லாம் நான் ஏதோ படைப்புத் திமிரினால் பேசுவதாக நீங்கள் தயவு செய்து கருதக் கூடாது. நான் இலக்கியத்தை உச்சமான அழகியலோடு எழுகிறேனோ இல்லையோ நான் உண்மையை எழுதுகிறேன். அதை மட்டுமே எழுதுகிறேன். என்னுடைய அரசியல் கருத்துகளைப் பரப்புரை செய்யும் ஆனால் அளவில் சற்றுப் பெரிதான துண்டுப் பிரசுரங்களாகவே நான் எனது கதைகளைக் கருதுகிறேன். அந்த அரசியற் கருத்துகள் பெருமளவில் நிராகரிப்பைப் பெறக்கூடியவை என்று தெரிந்தே நான் எழுதுகிறேன். அதனால் அங்கீகாரம் ஒரு பிரச்சினையே கிடையாது. கிடைத்தால் மகிழ்ச்சி, அவ்வளவுதான். அதற்காக இந்தியாவில் அங்கீகரிக்கிறார்களில்லை, இங்கிலாந்தில் அங்கீகரிக்கிறார்களில்லை என்று ஒரு படைப்பாளி புலம்பிக் கொண்டா இருப்பது. என்னயிது அழுகுணித்தனம்! படைப்பாளி என்றால் ஒரு 'கட்ஸ்' வேண்டாமா!

புலம்பெயர் இலக்கியச் சூழல் எப்படியிருக்கிறது?

புலம்பெயர் இலக்கியத்தின் மையம் என முன்னர் பிரான்ஸைச் சொன்னார்கள். அப்படியொரு மையம் இருந்திருந்தால் அது இப்போது கனடாவுக்கு நகர்ந்திருக்கிறது என்று கருதுகிறேன்.

டி.சே.தமிழன், பிரதீபா, அருண்மொழிவர்மன், மெலிஞ்சிமுத்தன் என்று வாசிப்பிலும் எழுத்திலும் தீவிர ஈடுபாடுடைய இளைய தலைமுறையொன்று அங்கிருக்கிறது. அ.முத்துலிங்கம், செழியன், செல்வம் அருளானந்தம், சேரன், சுமதி ரூபன், சக்கரவர்த்தி, ஜெயகரன், தேவகாந்தன், திருமாவளவன் போன்றவர்களும் தொடர்ந்து எழுதிக்கொண்டிருக்கிறார்கள்.

புகலிட இலக்கியம் தேக்கநிலையை அடைந்திருக்கிறது என்று சொல்பவர்களுமுண்டு. எனக்கு அந்தக் கருத்தில் உடன்பாடு கிடையாது. முற்போக்கு இலக்கியம், தூய இலக்கியம் என்ற இரு வகைகளைத்தான் நீண்ட நாட்களாகப் புகலிடத்தில் எழுதிக்கொண்டிருந்தார்கள். இப்போது பெருங்கதையாடல்களின் வன்முறையைப் புரிந்துகொண்டு விளிம்புநிலைகளை முன்னிறுத்திய பிரதிகள் உருவாகி வருகின்றன என்றே கருதுகிறேன். தமிழ்த் தேசியக் கருத்தியலும் புலிகள் மீதான அச்சமும் புகலிட இலக்கியத்தை ஆட்டிப்படைத்த காலத்தில் அரசியல் சரியும் துணிவுமே எழுதுவதற்கான முன்நிபந்தனையாகப் புகலிட இலக்கியத்திற்கு இருந்தது. இலக்கிய அழகியலின் மதிப்பீடுகளின்படி நமது பிரதிகள் கொஞ்சம் முன்னே பின்னே இருந்தாலும் ஓர் கொடூரமான அடக்குமுறை நிலவிய காலத்தில் அதை சமரசமின்றி எதிர்த்து நின்றது என்ற பெருமை புகலிட இலக்கியத்திற்கு உண்டு. இப்போது அந்த அடக்குமுறையும் அற்றுப்போன சூழலில் புகலிட இலக்கியம் மேலும் தழைத்துவரும் என்றே எதிர்பார்க்கிறேன்.

நீங்கள் சினிமா விமர்சனங்களும் எழுதியிருக்கிறீர்கள். தீவிரமான எம்.ஜி.ஆர் இரசிகராகவுமிருக்கிறீர்கள். அண்மையில் தமிழ் சினிமாவில் பணியாற்ற தமிழகத்திற்கும் சென்றிருந்தீர்கள், தமிழ்ச் சினிமா குறித்த உங்களின் பார்வை குறித்துச் சொல்லுங்கள்?

எனக்குத் திரைப்படக் கலை குறித்த கோட்பாடுகளோ காட்சி ஊடக நுட்பங்களோ தெரியாது. சர்வதேசச் சினிமாக்கள் குறித்துப் போதிய பரிச்சயமும் எனக்குக் கிடையாது. நான் எழுதிய திரைப்பட விமர்சனங்கள் திரைப்படக் கலையை மையப்படுத்தியவையல்ல. அந்தத் திரைப்படங்கள் திரைப்படத்திற்குப் புறம்பாக உருவாக்கிய அரசியல் உரையாடல்களை மையப்படுத்தியே நான் அந்த விமர்சனங்களை எழுதினேன். எனினும் இப்போது சரமாரியாக இலக்கிய இதழ்களிலும் இணையங்களிலும் எழுதப்படும் சினிமா விமர்சனங்களைப் படிக்கையில் மேத்தாவின் வரிகள் என்

ஞாபகத்திற்கு வருகின்றன. நாடு இப்போது இருக்கும் நிலையைப் பார்த்தால் நாங்களே மறுபடியும் நாடாளலாம் என்று நினைக்கிறோம் எனச் செருப்புச் சொன்னதாக அந்தக் கவிதை இருக்கும். நான் கூட 'அங்காடித் தெரு' சி.டி.க்குச் சொல்லிவிட்டிருக்கிறேன், கிடைத்ததும் விமர்சனம் எழுதிவிட வேண்டியதுதான்.

பொதுவாக இலக்கியத்தில் ஒருவரை இன்னொருவர் எழுத்தால் காலிபண்ணிவிடுவது என்பது நடவாத ஒன்று. ஆனால் அதை நடத்திக் காட்டியவர் சாரு நிவேதிதா. முன்பு தமிழ் இலக்கிய இதழ்களில் தொடர்ந்து மோசமான திரைப்பட விமர்சனங்களை எழுதிவந்த பேராசிரியர் அ.ராமசாமியை அதைவிட மோசமான திரைப்பட விமர்சனக் கட்டுரைகளை எழுதிக் காலிபண்ணியவர் சாரு நிவேதிதாவே. 'குரு', 'பச்சைக்கிளி முத்துச்சரம்' போன்ற படங்களுக்கு சாரு நிவேதிதா எழுதிய விமர்சனக் கட்டுரைகளைப் படிக்கும் ஒருவர் தமிழ்த் திரைப்படங்களைவிட அவை குறித்த விமர்சனக் கட்டுரைகள் படுகேவலமாயிருப்பதைத் தெரிந்துகொள்ளலாம்.

எனக்கும் சினிமாவிற்குமான தொடர்பு நிரம்பவும் உணர்வுபூர்வமானது. மிகவும் பின்தங்கிய ஒரு தீவில் வளர்ந்தவன் நான். எங்கள் கிராமத்தில் எழுபதுகளில் நாங்கள் எல்லோரும் கொஞ்சம் அடிமைப்பெண் எம்.ஜி.ஆர். போலத்தான் அங்கே வளர்ந்து கொண்டிருந்தோம். கடவுள், சாதியம், வறுமை, பெண்கள் கணவன்மார்களால் வதைக்கப்படுவது எல்லாமே இயற்கையானவை, மாற்றமுடியாதவை என்ற மனநிலைதான் எங்களுக்கிருந்தது. இதை மறுத்துப் பேச அங்கே யாருமில்லை. பத்திரிகைகள் படிக்கும் வழக்கமெல்லாம் அங்கே கிடையாது. கொம்யூனிஸ்ட் கட்சிகளின் கால்கள் இந்த 2010வரை எனது கிராமத்தை மிதித்ததேயில்லை.

சாதி ஒழிக்கப்பட வேண்டியது, பணக்காரன் ஏழையைச் சுரண்டக்கூடாது, தாயை மதிப்புச் செய்ய வேண்டும் என்று எனக்கு எம்.ஜி.ஆரின் படங்களே முதன் முதல் சொல்ல நான் கேட்டேன். கடவுள் இறந்துவிட்டார் என நீட்ஷே சொன்னாராம். ஆனால் எனக்கு அதை முதலில் கலைஞர் கருணாநிதிதான் சொன்னார். கிராமத்தின் திருமண வீடுகளில் கட்டப்பட்ட ஒலிபெருக்கிக் குழாய்களின் வழியே வந்த கலைஞரின் திரைப்பட வசனங்களே கடவுள் இல்லையென்று எனக்கு முதலில்

அறிவித்தன. பராசக்தி, மனோகரா, ரத்தக் கண்ணீர் போன்ற படங்களின் வசனங்களைச் சுருக்கி ஒருமணிநேர ஒலிநாடாவில் பதிவுசெய்து ஒலிபரப்புவார்கள். அதை ஒலிச்சித்திரம் என்போம். மேலே சொன்ன ஒலிச் சித்திரங்களுடன் வீரபாண்டிய கட்டப்பொம்மன், திருவிளையாடல், வசந்தமாளிகை போன்ற படங்களின் வசனங்கள் எனக்கு அப்போது தலைகீழ் பாடம். எம்.ஜி.ஆரின் தனிப்பாடல்கள் எல்லாமே கரைந்தபாடம். எந்தப் படமென்றாலும் ரசித்துப் பார்த்தேன். எந்தப் பாடலென்றாலும் மனமுருகிக் கேட்டேன். இன்றுவரை அந்தப் பழக்கம் என்னில் தொடர்கிறது. இப்போது ரசித்துப் பார்க்கிறேன் என்று சொல்ல முடியாவிட்டாலும் சகித்துக்கொண்டு பார்க்கிறேன். ஏதாவது ஒரு படத்தை பார்க்கத் தவறிவிட்டால் மனது பதற்றமாகிவிடுகிறது. அந்தப் படத்தில் ஏதாவது ஒரு நல்ல அம்சமிருந்து நான் தவறவிட்டுவிட்டால் என்ன செய்வது என்ற பதற்றமது.

வெறுமனே படங்கள் பார்ப்பதோடு நிறுத்திக் கொள்வதுமில்லை. திரைப்பட நடிகர்கள், பாடகர்கள், தொழில்நுட்பவியலாளர்கள் குறித்த விபரங்களையும் எனது மூளை எப்படியோ துல்லியமாகத் திரட்டி வைத்துக்கொள்கிறது. படிக்கும் ஒரு கவிதையோ, அரசியல் கட்டுரையோ அடுத்த சில நாட்களிலேயே மறந்துபோகையில் இந்த விபரங்கள் மட்டும் என் மண்டையிலேயே அழியாமல் தங்கிவிடுகின்றன. இளமையில் கல்வி சிலையில் எழுத்தென்று நம் முன்னோர்கள் சும்மாவா சொன்னார்கள்.

தமிழ்த் திரைப்பட வரலாற்றில் திராவிட இயக்கத்தினர் திரைப்படத்துறையில் இயங்கிய காலத்தையே நான் உச்சமான காலம் எனச் சொல்வேன். திராவிட இயக்கத்தினரின் சினிமாவும் இலக்கியமும் ஒரு வரலாற்றுக் கறை என்று சொல்பவர்களோடு எனக்கு உடன்பாடு கிடையாது. அவை வரலாற்றின் கொடை என்றே நான் சொல்வேன். தந்தை பெரியார் போல சினிமாவை ஒழித்தால்தான் நாடு உருப்படும் என்பவர்கள் சினிமாவைத் திட்டும்போது சேர்த்து திராவிட இயக்கத்தினரின் சினிமாவையும் திட்டினால் புரிந்துகொள்ள முடியும். ஆனால் இன்றைய வணிகச் சினிமாக்களைப் பாராட்டி விமர்சனங்கள் எழுதுபவர்களிற்கும் அந்தச் சினிமாக்களில் பங்கெடுப்பவர்களுக்கும் திராவிட இயக்கத்தினரின் சினிமாவைக் குற்றஞ் சொல்ல எந்த அருகதையும் கிடையாது.

திராவிட இயக்கத்தினருக்குப் பிறகு இயக்குனர் பாரதிராஜாவின் பங்களிப்பே முதன்மையானது. 'பதினாறு வயதினிலே' படத்தில் தமிழ் வாழ்வையும் பண்பாட்டுக் கூறுகளையும் நெருங்கிவந்தவர் 'கிழக்கே போகும் ரயில்'லில் கதைநாயகனாக ஒரு முடிதிருத்தும் தொழிலாளியை சித்திரித்து சாதிய ஒடுக்குமுறையை மையப்படுத்தி அன்றைக்கான திரை அழகியலோடு படத்தை உருவாக்கியிருந்தார். 'அலைகள் ஓய்வதில்லை', 'கருத்தம்மா' என்று சமூகப் பிரச்சினைகளை மையப்படுத்தி அவர் படங்களை உருவாக்கியிருக்கிறார். அவரை இன்னும் தாண்ட முடியாமல் தமிழ்ச் சினிமா சடமாகக் கிடக்கிறது என்பதுதான் என் மதிப்பீடு.

நீங்கள் விடாக் குடிகாரன் என்றும், உங்கள் எழுத்து ஆளுமையை பெண்களின் உடல் மீதான கவர்ச்சி வலையாகக் கொண்டிருக்கிறீர்கள் என்றும் குற்றச்சாட்டுகளும் கருத்துகளும் உலாவுகின்றனவே?

இதெல்லாம் ஒரு கருத்தா பௌஸர்? குடிப்பது என்பதெல்லாம் ஒரு குற்றச்சாட்டா? எனக்கும்தான் குடிக்காதவர்களைப் பார்த்தால் பாவமாக இருக்கிறது. ஆனால் அதை நான் குற்றச்சாட்டாகச் சொல்ல முடியுமா? இதெல்லாம் அவரவர் தனிப்பட்ட விருப்பங்கள். நான் குடித்துவிட்டு மற்றவர்களைத் தொந்தரவு செய்யாதவரை மற்றவர்களிற்கு என் குடிப்பழக்கத்தை விமர்சிக்க எந்த உரிமையும் கிடையாது. போதையில் உணர்வுகள் மிகையாகத் தூண்டப்படுவது உண்மையே. போதையால் கோபம், வெறுப்புப் போன்ற உணர்வுகள் மட்டுமல்ல அன்பு, நட்பு, காதல் போன்ற நல்லுணர்வுகளும் மிகையாகத் தூண்டப்படுகின்றன. நாம் எந்தப் பக்கத்தில் என்பதுதான் கேள்வி. நான் எல்லோருடைய மகிழ்ச்சியையும் கருதிக் குடிப்பவன்.

"ஒருவன் மற்றவன் தன்னிடம் எப்படி நடந்து கொள்ள வேண்டும் என்ற விரும்புகிறானோ அதைப் போன்றே அவனும் மற்றவர்களிடம் நடந்துகொள்வது தான் ஒழுக்கமாகும்" என்பார் தந்தை பெரியார். இதைத் தவிர்த்து காதல், பாலுறவு போன்றவை உட்பட எனக்கு எவ்விதமான ஒழுக்கம் சார்ந்த மதிப்பீடுகளும் கலாசாரத் தளைகளும் கிடையாது. எனது எழுத்து ஆளுமையைப் பெண்கள் மீதான கவர்ச்சி வலையாகக் கொண்டிருக்கிறேன் என்பதெல்லாம் கருத்தோ விமர்சனமோ கிடையாது. அவை அருவருக்கத்தக்க இன்னும் சொன்னால் பெண்களை வெறும் பண்டங்களாய் மதிப்பிடும் கொழுப்பெடுத்த பேச்சுகள். இரு உயிரிகளுக்கு இடையேயான உறவு அவர்களது தனிப்பட்ட

தேர்வு. இதில் மதம், சட்டம், கலாசாரம் போன்றவற்றிற்கு எந்த வேலையும் கிடையாது. இலக்கிய விமரிசனம் இருவரது உறவைக் கண்காணிக்கும் நாட்டாமைத்தனத்திற்குச் சரிந்திருப்பது கேவலம்.

இனி வேறுதளத்திற்குச் செல்வோம், நீங்கள் இந்துத்துவத்தை எதிர்த்து எழுதுவதைப் போன்று இஸ்லாமிய அடைப்படைவாதத்தை எதிர்த்து எழுதுவதில்லை என்றொரு விமர்சனம் கிளம்பியிருக்கிறதே?

ஈழத்தைப் பொறுத்தளவிலோ அல்லது நான் வாழும் பிரான்ஸிலோ இஸ்லாமிய அடிப்படைவாதம் என்ற பிரச்சினை தூலமாகக் கிடையாது. இந்த இரு இடங்களிலும் இஸ்லாமியர்கள் மதத்தின் பெயரால் கடுமையாக ஒடுக்கப்படுகிறார்கள் என்பதே உண்மை. அடிப்படைவாதம் என்பது எந்த மதத்திடமிருந்து வந்தாலும் அது கடுமையாகக் கண்டிக்கப்பட வேண்டியதும் எதிர்க்க வேண்டியதுமாகும். நமது சூழலைப் பொறுத்தவரை சாதியத்தின் அடிவேராக இருக்கும் இந்துமதத்தை எதிர்ப்பதற்கே நான் முன்னுரிமை கொடுக்கிறேன். அதேபோல நான் பிறந்த கத்தோலிக்க மதமும் சாதியால் முழுவதுமாக உள்வாங்கப்பட்ட மதமாகவே உள்ளது. ஈழத்தைப் பொறுத்தளவில் இந்து மதத்திற்கும் கத்தோலிக்க மதத்திற்கும் வேறுபாடுகள் ஏதுமில்லை. இரண்டுமே சாதியத்தைக் காப்பாற்றும் அதிகார நிறுவனங்களே. ஒரு மார்க்ஸியவாதியாக நான் கடவுள் நம்பிக்கையற்றவன் என்ற போதிலும் சாதியத்தை ஏற்றுக் கொள்ளாத மார்க்கங்கள் என்றவகையில் எனக்கு பவுத்தத்தின்மீதும் இஸ்லாம்மீதும் ஈடுபாடிருக்கிறது.

அண்மையில் பிரான்ஸில் பர்தா அணிவதைத் தடைசெய்யும் சட்டம் கொண்டுவரப்பட்டதே?

இஸ்லாமிய சமூகத்தில் கடைப்பிடிக்கப்படும் பெண்கள் மீதான அடக்குமுறைகள் இன்றைய மனித விழுமியங்களிற்கு ஒவ்வாதவை. முகத்திரை இடுவதையெல்லாம் கலாசாரம் அல்லது தனித்த இனக்குழு வழக்கங்கள் என்றெல்லாம் சொல்லி நியாயப்படுத்துவதை என்னால் ஏற்றுக்கொள்ள முடியவில்லை. சில ஆபிரிக்க இனக்குழுக்களிடம் பெண்களை பாலியல்ரீதியாக அடக்கிவைக்க பெண்ணுறுப்பின் கிளிட்டோரிஸ் பகுதியைத் துண்டித்துவிடும் வழக்கமிருக்கிறது. பிரான்ஸில் குடியேறி வாழும் அந்த இனக்குழுவைச் சேர்ந்தவர்கள் கூட அதைச் செய்துகொள்கிறார்கள். பிரஞ்சு அரசாங்கம் அந்த வழக்கத்தைத் தண்டனைக்குரிய குற்றமாக அறிவித்துள்ளது. பிரஞ்சு அரசாங்கம்

வரலாற்றுரீதியாகவே ஆபிரிக்க / இஸ்லாமிய விரோத அரசுதான். இதற்காக அவர்கள் இயற்றிய கிளிட்டோரிஸ் துண்டிப்புத் தடைச் சட்டம் தவறென்று சொல்ல முடியுமா? அவ்வகையான துண்டிப்பு ஆபிரிக்க இனக்குழுக்களின் கலாசாரம் என்று சொல்லி நாம் நியாயப்படுத்த முடியுமா? அவ்வாறு பார்த்தால் சாதிப்பாகுபாடு, குழந்தை மணம், தேவதாசி முறை என்பவையெல்லாம் கலாசாரமும் மரபும்தானே. ஒரு இனக்குழுவின் அல்லது மதக்குழுவின் கலாசாரத்திலோ மரபிலோ அந்நியர்கள் தலையீடு செய்யக் கூடாது எனச்சொல்லி அவற்றைக் கேட்டுக் கேள்வி யில்லாமல் விட்டு வைக்கலாமா?

பிரான்ஸில் வாழும் பல இலட்சக்கணக்கான இஸ்லாமியப் பெண்ககளில் முகத்திரை அணிபவர்கள் ஒரு விழுக்காடுக்கும் குறைவாகவே இருப்பார்கள் என நினைக்கிறேன். அவ்வாறானால் முகத்திரை அணியாத பெரும்பான்மையினர் மார்க்க விரோதிகளா? மரபு, கலாசாரம் எல்லாமே ஆண்களால் கற்பிக்கப்பட்டவை. ஆண்களால் சட்டமாக்கப்பட்டவை. மரபும் கலாசாரமும் ஆண்களால் பெண்கள்மீது சுமத்தப்பட்டவையே தவிர பெண்களின் கருத்தொருமிப்புடன் ஏற்படுத்தப்பட்டவையல்ல. ஒரு சமூகத்தில் உள்ள உள் ஒடுக்குமுறைகள் மீது உள்ளிருந்தே போராட்டம் நடத்தப்படுவதுதான் மிகச் சரியாக இருக்கும். அதற்காக வெளியிலிருந்து வைக்கப்படும் விமர்சனங்கள் எப்போதுமே சரியற்றவை என ஆகிவிடாது.

பாரிஸ் வாழ்க்கை உங்கள் எழுத்தின் இன்னொரு தளமாகவும் வெளிப்பட்டிருக்கிறது. கலைத்துறையை சேர்ந்த உங்களுக்கு இந்த வாழ்க்கை எப்படி இருக்கிறது? நெருக்கடியாக இந்த வாழ்க்கையை உணர்கிறீர்களா? இதற்கிடையில் எழுத வாசிக்க எப்படி உங்களை தயாா்படுத்திக் கொள்கிறீர்கள்?

நான் பிள்ளை குட்டி, வீடு வாசல் எனப் பொறுப்புகளற்ற மனிதன். எனது தேவைகளும் மிகக் குறைவானவை. அவ்வப்போது வேலைக்குச் செல்வது, வேலைக்குச் செல்லாதபோது வேலை யிழப்புக் காப்பீட்டுப் பணத்தில் வாழ்வது என்று குத்துமதிப்பாக வாழ்கிறேன். அதனால் வாசிக்கவும் எழுதவும் பயணங்கள் செய்யவும் எனக்கு நேரங்கள் கிடைக்கின்றன.

யுத்தத்தின் முடிவுக்குப்பின் பெரும்பாலானோர் வெளிநாடுகளிலிருந்து இலங்கைக்குச் சென்று வருகிறார்கள். நீங்கள் இலங்கைக்கு செல்லாததற்கு விசேட காரணங்கள் உண்டா?

நான் அரசியல் அகதிக்கான கடவுச்சீட்டையே வைத்திருக்கிறேன். அந்தக் கடவுச்சீட்டுடன் நான் சட்டப்படி இலங்கைக்குள் நுழைய முடியாது. வேறுவழிகளில் இலங்கைக்கு போக முயற்சிக்கலாம்தான். ஆனால் எனது பாதுகாப்புக் குறித்த அச்சங்கள் எனக்கு இருக்கின்றன. யுத்தம்தான் முடிந்திருக்கிறது. ஆனால் கடத்தல்களும் கொலைகளும் இன்னமும் நடந்தபடியேதான் உள்ளன. ராஜபக்ச அரசாங்கம் புலிகளின் பயங்கரவாதத்தைத்தான் முடித்து வைத்திருக்கிறது. ஆனால் அரசின் பயங்கரவாதமும் அரசோடு இணைந்து செயற்படும் தமிழ் ஆயுத இயக்கங்களின் பயங்கரவாதமும் இன்னமும் அங்கே இருக்கின்றன. வயதாகிறதல்லவா! இளமையிலிருந்த துணிவும் சாகசங்களின் மீதான விருப்பும் வரவர எனக்குக் குறைந்துகொண்டே வருகின்றன பௌசர்.

என்னுடைய தேசிய இனம்: இலங்கை அகதி

நேர்காணல்: மீனா

அம்ருதா, நவம்பர், 2009

ஈழத்தின் மரணப் போராட்டங்களை; சாதிய, இன, அதிகார வெறிகளால் மக்களுக்கு நேர்ந்த அவலங்களை, பிறந்த மண்ணைப் பிரிந்த அகதியின் மனநிலையை; அழுகுரலெடுக்கும் பெருஓலங்களாலோ, ரத்தக் கண்ணீர்களாலோ அல்லாமல் அசாதாரண எழுத்துகளால் உறைய வைத்து நமது நனவிலியைப் பிடித்தாட்டிய தமிழின் ஆகச்சிறந்த கதைசொல்லி, ஷோபாசக்தி. நவீன இலக்கியத்தில் தனி முத்திரையைப் பதித்ததோடு இடதுசாரி அரசியல் வழிநின்று அரச பயங்கரவாதத்துடன் புலிகளின் பயங்கரவாதத்தையும் தொடர்ந்து கண்டித்து வருகிற வகையில், புலிகளைப் புனிதத் திருஉருக்களாக கட்டமைப்பவர்களால் உட்செரிக்க இயலாதவர். பதினைந்து வயதில் தமிழீழ விடுதலைப் புலிகள் இயக்கத்தில் போராளியாக தமது அரசியலைத் துவக்கி இன்று புலம்பெயர் சூழலில் மாற்று அரசியலை முன்னெடுத்துக் கொண்டிருக்கிறார். பயங்கரவாதிகளிடம் இருந்து தமிழர்களைக் காப்பதற்கே யுத்தம் என்று பச்சையாய் புளுகி மீண்டுமொரு இனப்படுகொலையை அரங்கேற்றிய ராஜபக்சே அரசு, யுத்தத்திற்குப் பிறகும் பயங்கரவாதத்தின் கோரப்பசிக்கு தமிழர்களைத் தின்று தீர்க்கிறது. இந்நிலையில், ஈழத்தமிழரின் சனநாயக உரிமைகளுக்காக தொடர்ந்து குரலுயர்த்தி வருகிற

ஷோபாசக்தியோடு ஈழத்தமிழரின் நிலைகுறித்தும், தமிழ்ச்சூழலில் நடைபெற்று வருகிற ஈழ அரசியல் குறித்தும் அம்ருதா இதழிற்காக உரையாடினோம். அவற்றிலிருந்து..

மீனா: போர்க்குற்றங்களைத் தொடர்ந்தும் தமிழ் இளைஞர்களின் நிர்வாண படுகொலைகள், திசநாயகம் கைது என அடுக்கடுக்காய் இனவெறி வெட்ட வெளிச்சமாகிறது. அமெரிக்கா உள்ளிட்ட உலக நாடுகள் இதனை கண்டித்திருக்கின்றன. போர்க்குற்ற நடவடிக்கைகள் எடுக்கப்பட வேண்டும் என்றும் வலியுறுத்தப்படுகிறது. இத்தகைய அழுத்தங்கள் தொடர்வதன் மூலம் தமிழர்களுக்கு ஏதேனும் நன்மை கிடைக்குமா?

ஷோபாசக்தி: 'சானல் நான்கு' தொலைக்காட்சியில் ஒளிபரப்பப்பட்ட அந்த வீடியோ ஆதாரங்களைப் பொய் என்கிறது இலங்கை அரசு. எந்த கண்டனத்திற்கும் அஞ்சாமல் திசநாயகத்தின் கைதையும் நியாயப்படுத்தி வருகிறது. சர்வதேச சமூகத்தின் மனிதாபிமானக் குரலை ராஜபக்சே மயிரளவும் மதிப்பதில்லை. சமீபத்தில் நாட்டிலிருந்து 'யுனிசெப்' அதிகாரியும் வெளியேற்றப்பட்டார். இலங்கை அரசின் பயங்கரவாதம் எந்த அழுத்தத்திற்கும் வளைந்து கொடுக்காது.

மீனா: ஈழத்தில் தடுப்பு முகாம்களில் இருக்கும் மக்கள் வசதிகளுடன் இருப்பதாகவும் அவர்களுக்கு அரசு போதிய வசதிகளை ஏற்படுத்திக் கொடுத்திருப்பதாகவும் இந்து என்.ராம் போன்றவர்கள் சொல்கிறார்களே?

ஷோபாசக்தி: கிடையாது. அதெல்லாம் சுத்த அயோக்கித்தனமான பேச்சு. எல்லா வசதிகளையும் செய்து கொடுத்தால் கூட மக்களை முகாமில் வைத்திருக்க மகிந்த ராஜபக்சேவிற்கு உரிமை கிடையாது. மக்களை அவர்களது சொந்த நிலங்களிலிருந்து பிரித்து முகாம்களில் கட்டாயமாக வைத்திருப்பதை அனுமதிக்கவே முடியாது. கண்ணிவெடி அச்சுறுத்தல் என்றெல்லாம் அரசு சொல்வது அப்பட்டமான பொய். கண்மூடித்தனமாக விமானங்களிலிருந்து குண்டு வீசியும் எறிகணைகளை ஏவியும் மக்களைக் கொன்றவர்கள், கண்ணி வெடியிலிருந்து மக்களைப் பாதுகாப்பது பற்றியெல்லாம் பேசுவது நம்பக்கூடியதல்ல. மகிந்த அரசு நடத்தி முடித்தது ஒரு இனப்படுகொலை. அந்த இனப்படுகொலை இப்போது வெவ்வேறு வடிவங்களில் நடத்தப்படுகிறது. அதிலொன்றுதான் இந்தக் கட்டாயத் தடுப்பு முகாம்கள். இந்த முகாம்களிலிருந்து மக்களை விடுவிக்குமாறு அம்னஸ்டி இன்டர்நேஷனல் அமைப்பு பிரசார இயக்கத்தைத் தொடங்கியுள்ளது. அத்தகைய

பிரசார இயக்கங்களை வலுப்படுத்துவதும் அந்த மக்களின் விடுதலைக்கான உடனடி வழிகளைக் கண்டடைவதும் நம் முன்னாலிருக்கும் இன்றைய முதலாவது சவாலும் பணியும்.

மீனா: தடுப்பு முகாம்களில் இருக்கும் அகதிகளுடன் நீங்கள் பேசியிருக்கிறீர்களா, அவர்களின் நிலை எப்படியிருக்கிறது?

ஷோபாசக்தி: எனது உறவினர்கள் அங்கே இருக்கிறார்கள். அவர்களில் இளவயதினர் பணம் செலுத்தித் தங்களை அங்கிருந்து மீட்க உதவி செய்யுமாறு மன்றாடுகிறார்கள். இராணுவத்திற்கோ அல்லது இராணுவத்துடன் சேர்ந்து இயங்கும் தமிழ் ஆயுத இயக்கங்களைச் சேர்ந்தவர்களிடமோ லஞ்சம் கொடுத்தால் அவர்கள் முகாம்களிலிருந்து அழைத்துச் சென்று வெளியே விடுகிறார்கள். ஆளையும் கொண்டுபோய்ச் சேர்க்கும் இடத்தையும் பொறுத்து மூன்று இலட்சத்திலிருந்து பத்து இலட்சம் வரை லஞ்சம் வாங்கப்படுகிறது. ஒவ்வொரு நாளும் அங்கே கைதுகள் நிகழ்கின்றன. ஒரு முகாமில் நாளொன்றுக்கு முப்பது வரையான இளம் வயதினர் கைது செய்யப்படுகிறார்கள். எத்தனை பேர் கைது செய்யப்பட்டிருக்கிறார்கள்; அவர்கள் எங்கே தடுத்து வைக்கப்பட்டிருக்கிறார்கள்; குறிப்பாகக் கைதுசெய்யப்படும் யுவதிகளுக்கான பாதுகாப்பு ஏற்பாடுகள் எப்படியிருக்கின்றன என்ற எந்த அறிக்கையும் தகவலும் அரசால் வெளியிடப்படுவதில்லை. அவை நலன்புரி முகாம்களல்ல, சிறைச்சாலைகள்.

மீனா: சொந்த மண்ணிலேயே கைதிகளாய் அடைக்கப்பட்டிருக்கும் இந்த அப்பாவி மக்கள் புலிகளின் நிர்வாகத்தில் இருந்த போது எப்படியிருந்தார்கள்?

ஷோபாசக்தி: புலிகளிடம் மக்கள் அனுபவித்த துன்பங்கள் ஒன்றும் இந்தத் துன்பங்களிற்குக் குறைந்ததல்ல. 1990களிலிருந்தே புலிகளும் பாஸ் என்றொரு நடைமுறையைத் திணித்துப் பணம் பெற்றுக்கொண்டுதான், தங்கள் கட்டுப்பாட்டுப் பிரதேசங்களிலிருந்த இளவயதினரை வெளியேற அனுமதித்தார்கள். குழந்தைகளையும் இளைஞர்களையும் கட்டாயமாக அரைகுறைப் பயிற்சி கொடுத்து யுத்த முன்னரங்கத்திற்கு அனுப்பிவைத்துச் சாகக் கொடுத்தார்கள். இயக்க விரோதிகள், துரோகிகள், சமூகவிரோதிகள், திருடர்கள், பாலியல் தொழிலாளர்கள் என்ற குற்றச்சாட்டுகளில் புலிகளால் கொன்றொழிக்கப்பட்டவர்களின் கணக்குத் தனியானது. ஆயிரக் கணக்கானோர் புலிகளின் 'பங்கர்' சிறைகளில் நாயினும் கீழாக வதைக்கப்பட்டுக் கொல்லப்பட்டார்கள். 2002க்குப் பிந்திய சமாதான

காலத்தில் மட்டும் தங்களுக்கு ஒவ்வாத 400க்கும் மேற்பட்ட தமிழ் அரசியலாளர்களையும் எழுத்தாளர்களையும் அறிவுஜீவிகளையும் புலிகள் கொன்றிருக்கிறார்கள் எனத் துல்லியமாக அய்.நா. அவையின் சமூகப் பொருளாதாரக் கவுன்சிலின் ஆய்வாளர் பிலிப் அல்ஸ்டன் அறிக்கை சமர்ப்பித்திருக்கிறார்.

மீனா: ஆனால், புலம்பெயர்ந்த தமிழர்களுக்காகவும் மெனிக் பண்ணையின் கம்பி வேலிக்குள் அடைபட்டுக் கிடக்கும் தமிழர்களுக்காகவும் ஆதரவாய் பேசுபவர்களில் பெரும்பாலானவர்கள், நீங்கள் குறிப்பிடுபவை பற்றியும் தொண்ணூறுகளில் புலிகளால் வெளியேற்றப்பட்ட இஸ்லாமியர்கள் பற்றியும் பேசுவதில்லையே, ஏன்?

ஷோபாசக்தி: பாரிசில் இருந்து வெளிவரும் ஈழமுரசு பத்திரிக்கை 12 செப்டம்பர் 2009 இதழில், பாகிஸ்தான் அணுகுண்டு செய்வதற்கு இலங்கை முஸ்லீம்கள் உதவினார்கள் என்று செய்தி வெளியிட்டு இருக்கிறது. இது ஒன்றும் புதிதல்ல. காலம்காலமாக தமிழ் தேசியவாதிகளும் குறிப்பாக புலிகளும், முஸ்லீம்கள் மீது திட்டமிட்ட முறையில் இனப்பகைமையை பிரசாரம் செய்து வருகிறார்கள். யாழ்ப்பாண சாதிய உணர்வு தலித்துகளை ஒடுக்கியதைப் போல தமிழ்த்தேசிய உணர்வு முஸ்லீம்களை ஒடுக்கியது. ஒடுக்கப்பட்டவர்களுக்காக குரல் கொடுக்க மறுப்பவர்களை ஆதிக்கத்தின் எடுபிடிகள் என்றல்லாமல் வேறெப்படி புரிந்துகொள்வது.

மீனா: இப்போது, இலங்கை அரசோடு இயைந்துபோய் தமிழர்களிற்கான உரிமைகளைப் பெற்றுக்கொள்ளுதல் என்றவாறாக ஈழத் தமிழ் அறிவுஜீ–விகளில் ஒரு பகுதியினர் பேசுகிறார்களே?

ஷோபாசக்தி: ஆயுதப் போராட்டத்தினால் கடந்த முப்பது வருடங்களில் நாம் சந்தித்த இழப்பு மிகப் பெரிது. ஒரு சின்னஞ் சிறிய இனமான எங்களால் தாங்க முடியாத அளவிற்கு இழப்புகள் ஏற்பட்டுவிட்டன. ஆயுதப் போராட்டம் என்பது இப்போது இலங்கையில் சாத்தியப்படாத ஒன்று. சர்வதேசப் புறச் சூழல்களும் ஆயுதப் போராட்டத்திற்குச் சாதகமாயில்லை. எனவே, வேறுவகையான அரசியல் முன்னெடுப்புகளாலும் போராட்ட முறைமைகளிற்குள்ளாகவும் அழுத்தங்கள், பேச்சுவார்த்தைகள் ஊடாகவுமே இனி ஈழத் தமிழர்களின் உரிமைக்கான அரசியலை முன்னெடுக்க வேண்டியிருக்கிறது. ஆனால், இலங்கை அரசு தனது பேரினவாத அரசியல் என்ற நிலையிலிருந்து கீழிறங்காதவரை அரசோடு இயைந்துபோவது என்பதெல்லாம்

அயோக்கியத்தனம். இந்தப் பாசிச அரசை எந்த விதத்திலும் நியாயப்படுத்தும் போக்குகள் ஈழத் தமிழர்களிற்கு மட்டுமல்லாமல் ஒட்டுமொத்த இலங்கை மக்களிற்குமே இழைக்கப்படும் துரோகம்.

மீனா: போராட்டத்தை முன்னெடுக்க சமீபமாய் நாடு கடந்த அரசாங்கம் அமைப்பது பற்றி பேசப்பட்டு வருகிறது. இந்த முறை எவ்வளவு சாத்தியம்?

ஷோபாசக்தி: எங்கள் மீது தன்னிச்சையாக அரசையும் ஆதிக்கத்தையும் ஏற்படுத்தும் அதிகாரத்தை இவர்களிடம் யார் கொடுத்தார்கள்? இவர்களின் நாடுகடந்த அரசின் அரசியல் பண்பு என்ன? வலதா, இடதா, இல்லைப் பாசிசமா? முதலில் அதைச் சொல்லட்டும். எங்கள் ராஜினி திரணகமவையும் விஜயானந்தனையும் கொன்றவர்களுடன் சேர்ந்து பீற்றர் சால்க்கும் கரண் பார்க்கரும் எங்களுக்கு அரசமைத்துக் கொடுக்கப் போகிறார்களா? புலிகளின் போராட்டம் ஆயுதப் போராட்டமாயிருந்தாலென்ன, அரசியற் போராட்டமாயிருந்தாலென்ன அவர்களின் அரசியலில் அறம் வந்து சேரும்வரை அவர்களை ஏற்றுக்கொள்ள முடியாது. சர்வதேசமெங்கும் சிதறிக்கிடக்கும் புலிகளின் சொத்துகளையும், புலிகளும் அவர்களின் முகவர்களும் புலம்பெயர்ந்த தமிழர்களிடம் சுகித்த அதிகாரங்களையும் காப்பாற்றிக்கொள்ளவே இந்த நாடுகடந்த அரசாங்கம் என்ற கண்துடைப்பு நாடகம் நடத்தப்படுகிறது.

மீனா: இப்பொழுதும் மக்களிடம் பணம் வசூலிப்பது தொடர்கிறதா?

ஷோபாசக்தி: இன்றுள்ள சூழலில் புகலிடத்தில் கட்டாயக் காசு கேட்டால் சனங்களே காவற்துறையிடம் புலிகளைப் பிடித்துக் கொடுப்பார்கள். ஆனாலும், கடந்த பல வருடங்களாக புலம்பெயர் நாடுகளில் புலிகள் திரட்டிய ஏராளமான பணம் வர்த்தக நிறுவனங்களாகவும் இந்துக் கோயில்களாகவும் தொலைக்காட்சி, பத்திரிகை நிறுவனங்களாகவும் திரண்டு இருக்கிறது. இந்த நிறுவனங்கள் இப்போதும் இலாபம் சம்பாதித்துக்கொண்டுதான் இருக்கின்றன. இந்தப் பணத்தைக் பகிர்ந்துகொள்ளத்தான் வெளிநாட்டுப் புலிகள் இப்போது தமக்குள் சண்டையிட்டுக்கொண்டிருக்கிறார்கள். மக்கள் புலிகள் மீது கொண்டிருந்த அச்சம் பெருமளவு நீங்கிவிட்டது. புகலிடப் புலிகள் தங்களுக்குள் தாங்களே அடித்துக்கொண்டிருப்பதால் புலிகள் மீது சனங்கள் கொண்டிருந்த கொஞ்சநஞ்ச அனுதாபமும் பயமும் காணமலேயே போய்விட்டது. இணையங்களைத் தொடர்ச்சியாகக் கவனிப்பவர்களால் புலிகளை முன்பு தீவிரமாக

ஆதரித்த நபர்களே இப்போது இந்த வெளிநாட்டுப் புலிகளைக் கண்டித்துப் பேசுவதைத் தெரிந்துகொள்ள முடியும்.

மீனா: புலிகளின் வீழ்த்தப்பட்டிருக்கும் இன்றைய சூழ்நிலையில், அவர்களின் தவறுகளை விமர்சிப்பதால் இனிமேல் ஆகப்போவது ஒன்றும் இல்லை என உங்களைப் போன்றவர்கள் பற்றி பரவலாக ஒரு கருத்து நிலவுகிறதே?

ஷோபாசக்தி: புலிகள் தாங்கள் மட்டும் அழியவில்லை. தங்களோடு சேர்த்து ஈழத் தமிழர்களின் அரசியல் உணர்வையும் அழித்துவிட்டுத்தான் போயிருக்கிறார்கள். கடந்த இருபத்தைந்து வருடங்களாகவே நமது மக்கள் அரசியலிலிருந்து புலிகளால் ஒதுக்கி வைக்கப்பட்டிருந்தார்கள். மக்களுக்கு விமர்சனங்களே யில்லாமல் புலிகளை ஆதரிக்கும் ஒரு கடமையைத் தவிர வேறெந்த அரசியல் உரிமைகளையும் புலிகள் வழங்கவேயில்லை. ஈழத்து அரசியலில், ஒரு ஈழக் குடிமகனது அரசியல் உரிமை, பிரபாகரனின் சிந்தனைக்கும் கட்டளைக்கும் கீழ்ப்படிவது என்பது மட்டுமாகவே வரையறுக்கப்பட்டிருந்தது. புலிகள் ஆதரவைத் தவிர்த்து வேறெதையும் பேசும், எழுதும் உரிமைகள் துப்பாக்கி முனையில் மக்களிற்கு மறுக்கப்பட்டிருந்தன. புலிகளைத் தவிர வேறெந்த அரசியல் போக்குகளையும் புலிகள் தமது பரப்பில் அனுமதிக்கவில்லை. இதைப் புலிகள் ஏகபிரதிநிதித்துவம் என்றார்கள். நாங்கள் பாசிசம் என்றோம்.

சாதியொழிப்பு இயக்கங்கள், சீர்திருத்த இயக்கங்கள், கம்யூனிஸ்ட் கட்சிகள் எவையுமே அங்கே இயங்க அனுமதிக்கப்படவில்லை. புலிகளின் தடையை மீறிய போதெல்லாம் கம்யூனிஸ்டுகளும் தொழிற்சங்கவாதிகளும் மாற்று அரசியலாளர்களும் தலித் மக்களின் வழிகாட்டிகளும் எழுத்தாளர்களும் கலைஞர்களும் புலிகளால் கொத்துக் கொத்தாகக் கொல்லப்பட்டார்கள். சிறைப்பிடிக்கப்பட்டு மனித நாகரிகமே இல்லாமல் நிர்வாணமாக வருடக்கணக்கில் தனிமைச் சிறைகளில் அடைக்கப்பட்டு வதைக்கப்பட்டார்கள். ஒரு வருடமல்ல, இருவருடமல்ல, இருபத்தைந்து வருடங்களாகப் புலிகள் இந்த அட்டூழியங்களைச் செய்தார்கள். இந்த வருடத்தின் ஆரம்பத்தில் கிளிநொச்சி வீழ்ந்த பிறகுதான் புலிகள் மக்கள் மீது ஒடுக்குமுறைகளை ஏவத்தொடங்கினார்கள் என்பதில்லை. அவர்கள் தங்கள் பிறப்பிலிருந்தே அப்படித்தானிருந்தார்கள்.

புலிகளிடம் அரசியலே இருக்கவில்லை. அவர்கள் சுத்த

இராணுவவாதக் கண்ணோட்டத்துடன் இயங்கினார்கள் என்று இப்போது புதிது புதிதாய் சிலர் கண்டு பிடிக்கிறார்கள். ஆனால், அது தவறான கண்டுபிடிப்பு. புலிகளிடம் தெளிவான வலதுசாரி அரசியல் நிலைப்பாடும் மேற்கு ஏகாதிபத்திய சார்பு நிலைப்பாடும் கலாசார அடிப்படைவாதமும் இருந்தது. அவர்கள் நடத்திய இஸ்லாமியச் சுத்திகரிப்புக்குப் பின்னால் ஒரு உறுதியான குறுந்தமிழ்த் தேசிய அரசியலிருந்தது. அவர்களின் இத்தகைய படுபிற்போக்கான அரசியல் வேலைத்திட்டம் அரசியல் எதிரிகளையும் தங்களை மறுப்பவர்களையும் விமர்சிப்பவர்களையும் கொலை செய்வதன் மூலம் பிரச்சினையைத் தீர்த்துவிடலாம் என்ற கேவலமான அரசியலில் அவர்களைக் கொண்டுவந்து நிறுத்தியது. எல்லாவித முற்போக்கு அரசியலையும் ஈழப் புலத்திலிருந்து துடைத்தெறிந்த புலிகள், அவர்களின் கொலை அரசியலை மட்டுமே அங்கே விட்டுச் சென்றிருக்கிறார்கள். இந்தக் குறுந்தமிழ்த் தேசியவாதக் கொலைகார அரசியலை செல்வாக்கு இழக்கச் செய்து, மாற்று அரசியலை நோக்கி நகருவதற்கு நம் மக்களிடம் நாம் புலிகளின் தவறுகளையும் அரசியலையும் நுணுக்கமாகத் தோலுரித்துக்காட்ட வேண்டியிருக்கிறது. தவறுகளைப் பேசுவது, குற்றங்களைப் பட்டியலிடுவதற்காக மட்டுமல்ல; பாடங்களைக் கற்றுக்கொள்வதற்காகவும் தான்.

மீனா: ஆயுதங்களை கீழே போட்டுவிட்டு இனி உரையாடலுக்கு தயார் என புலிகள் அறிவித்திருக்கிறார்களே?

ஷோபாசக்தி: புலிகளுடைய இன்றைய அரசியல் பிரபாகரன் காலத்து அரசியலின் நீட்சிதான். ஆயுதப் போராட்டத்தைக் கைவிட்டு வேறுவழிகளில் போராடப்போகிறோம், எல்லோருடனும் உரையாடத் தயாராயிருக்கிறோம் என்ற அவர்களது அறிவிப்புகள் வெளியானாலும் அவர்கள் புலிகளின் கடந்தகால பிற்போக்கு அரசியலிலிருந்து தங்களது அரசியல் வேலைத்திட்டத்தை எவ்வாறு வித்தியாசப்படுத்திக் காட்டுகிறார்கள் என்று பார்க்க வேண்டும். அவ்வகையான எந்தவொரு அரசியல் மாற்றத்தையும் அவர்களிடம் காண முடியவில்லை. அவர்கள் ஆயுதப் போராட்டத்தைக் கைவிட்டு மைய அரசியலுக்கு வந்தாற் கூட அவர்களது அரசியல் வேலைத்திட்டம் தமிழ்க் குறுந்தேசியவாத, வெறும் வலதுசாரி அரசியற் திட்டமாய் இருக்கும் வரையில் அவர்களின் அரசியல் மக்கள் விரோத அரசியலாகவேயிருக்கும். இதை ஏற்றுக்கொள்ள முடியாது.

இன்று புலிகள் தங்களிடம் அரசியல் இருக்கவில்லை என்று சொல்வதை அவர்கள் ஏதோ தங்களது பிற்போக்கு அரசியலின் மீது அதிருப்திகொண்டு புதிய மாற்றத்தைக்கோரி பேசுவதாக நீங்கள் கருதவேண்டியதில்லை. தொடர்ச்சியாக அவர்களின் அறிக்கைகளையும் உரையாடல்களையும் நீங்கள் கவனித்துப் பார்த்தால், கடந்த காலங்களில் இந்திய அரசையும் மேற்கு நாடுகளையும் தாங்கள் சரியாக டீல் செய்யவில்லை என்ற வருத்தத்திலேயே அவர்கள் பேசுவது தெரியும். அவர்கள் அரசியல் தோல்வியென்று தங்கள் டீல்கள் தோல்வியடைந்ததையே குறிக்கிறார்கள். மற்றப்படிக்கு புலிகளின் கடந்த கால பிற்போக்கு அரசியலிலிருந்து அவர்கள் மீள்வதற்கான எந்த அறிகுறிகளும் தெரியவில்லை.

மீனா: புலிகள் இயக்கம் தனது தலைமைப் பொறுப்புகளில் தலித்துகளை அமர்த்தியிருந்தது. அதேவேளையில் செல்லன் கந்தையன், கணபதி ராசதுரை போன்றோர்களிடம் தனது ஆதிக்க முகத்தைக் காட்டியது. புலிகள் சாதியத்தை எப்படி எதிர்கொண்டதாக நினைக்கிறீர்கள்?

ஷோபாசக்தி: ஈழத் தமிழர்களின் அரசியல் வரலாற்றிலேயே வெள்ளாளர்கள் அல்லாத ஒரு தலைமையாக உருவாகி ஒரு உடைப்பை ஏற்படுத்திய இயக்கம் புலிகள் இயக்கம்தான். எனது 'வசந்தத்தின் இடிமுழக்கம்' என்ற கட்டுரையில் இதை விரிவாகப் பேசியுள்ளேன். புலிகள் இயக்கத்தில் குறிப்பிட்ட காலம் செயற்பட்டவன் என்ற முறையில் இயக்கத்திற்குள் சாதி ஏற்றத்தாழ்வுகள் கடைப்பிடிக்கப்பட்டதில்லை என்பதையும் என்னால் கூற முடியும். இயக்கத்தில் தனிநபர்கள் சாதிய உணர்வோடு எங்காவது வெளிப்பட்டிருந்தாலும் கூட அதை இயக்கத்தின் பொதுப் பண்பாக வரையறுக்க முடியாது. இயக்கத்தின் தலைமைப் பொறுப்புகளில் தலித்துகள் இருந்தார்கள் என்பதும் உண்மையே. புலிகள் குறிப்பிட்ட பகுதிகளில் குடிமைத் தொழில் முறையையும் ஒழித்திருந்தார்கள். இந்த உண்மைகளோடுதான் சாதியும் புலிகளும் என்பது குறித்துப் பேசமுடியும். ஆனால், புலிகள் சாதியொழிப்புப் போராட்டத்தை காத்திரமாகச் சமூகத்தளத்தில் முன்னெடுக்கவில்லை. அந்த முன்னெடுப்புகள் பெரும்பான்மையாயிருக்கும் ஆதிக்க சாதியினரிடமிருந்து தங்களை அந்நியப்படுத்திவிடும் என அவர்கள் கருதினார்கள். இதை அடேல் பாலசிங்கம் தனது 'சுதந்திர வேட்கை' நூலில் ஒப்புக்கொண்டிருப்பதையும் நான் எனது கட்டுரையில் விரிவாகச்

சுட்டிக்காட்டியிருக்கிறேன். சமூகத்தில் சாதிய முரண்கள் எழுந்தபோதெல்லாம் அங்கே எப்படிப் பிரச்சினைகளை ஊத்திமூடி அமைதியைக் கொண்டுவருவது என்றே புலிகள் முயற்சித்தார்களே தவிர அவர்கள் ஒடுக்கப்பட்ட சாதியினரின் பக்கத்தில் நின்று அவர்களின் உரிமைகளிற்காகக் குரல் கொடுத்தார்களில்லை. புலிகளின் ஆட்சிக்காலத்திலேயே வடபுலத்தில் ஏராளமான கோயில்களும் பொது இடங்களும் தலித்துகளிற்கு மூடியே கிடந்தன. இவற்றைத் திறந்துவிடுவதற்கான அதிகாரம் புலிகளிடமிருந்தும் கூட அவர்கள் அதைச் செய்யவில்லை. குறிப்பாக இந்து மதத்திற்கும் சாதிக்குமான உறவுகள் குறித்தெல்லாம் அவர்கள் அக்கறையே காட்டவில்லை. அவர்களே இந்து மரபுப் பழக்கவழக்கங்களைப் பின்பற்றினார்கள். புலம்பெயர் நாடுகளில் புலிகள் இந்துக் கோயில்களை நடத்தினார்கள். இந்த அடிப்படையில்தான் புலிகள் மீது நான் விமர்சனங்களை வைத்தேன். நிலவும் சமூக ஒடுக்குமுறையைக் கண்டுகொள்ளாமலிருப்பது என்பது அந்த ஒடுக்குமுறையைக் காப்பாற்றுவது என்றுதான் பொருள்படும். தமிழீழம் கிடைத்த பின்பு உள்முரண்கள் தீர்க்கப்படும் என்று புலிகள் ஆதரவு அறிவுஜீவிகள் சொன்னதற்கெல்லாம் ஏதாவது பொருளிருக்கிறதா?

மீனா: சாதியத்தின் நச்சு வேர் ஆழப்புதைந்து கிளை பரப்பி இருந்த காலத்திலேயே அகில இலங்கை சிறுபான்மைத் தமிழர் மகாசபை, தீண்டாமை ஒழிப்பு வெகுசன இயக்கம் ஆகியவை கலகக் கிளர்ச்சிகள் செய்து தங்கள் உரிமைகளை நிலைநாட்டின. இன்றைக்கு தலித்தியம் பெருவலிமை பெற்றிருக்கிறது. இந்த பின்புலத்தில் தலித் சமூக மேம்பாட்டு முன்னணியின் [அய்ரோப்பா] செயற்பாடுகள் எவ்விதமிருக்கின்றன?

ஷோபாசக்தி: சாதியொழிப்புக் குறித்து மேலும் சில உரையாடல்களைத் தொடக்கி வைத்தது என்பதற்கு அப்பால் மேலே நகர முடியாமல் தலித் சமூக மேம்பாட்டு முன்னணி ஒரு தேக்கத்தைச் சந்தித்திருக்கிறது. ஒரு சாதியொழிப்பு முன்னணி, சமூகத்தில் இருக்கக் கூடிய சாதிய ஒடுக்குமுறை வடிவங்களை மட்டுமே திரும்பத் திரும்பப் பேசிக்கொண்டு உயிர்வாழ முடியாது. அது சாதியொழிப்பிற்கான செயற்திட்டங்களை நோக்கி நகர வேண்டும். தலித் மக்களை அமைப்புமயப்படுத்த வேண்டும்.

சாதிய விடுதலை குறித்து நாம் பேசும்போது மற்றைய அடிமைத்தளைகள் குறித்த, குறிப்பாக இனஒடுக்குமுறை குறித்த, கேள்விகளை நாம் எதிர்கொள்ள நேரிடும். இந்தக் கேள்விகளை

நேர்மையுடன் அணுகாதபோது ஒரு அரசியல் இயக்கத்தின் தேக்கம் தவிர்க்க முடியாததே. எனது அவதானிப்பில் இலங்கை தலித் முன்னணி அரசை அனுசரித்து நின்று ஏதாவது செய்துவிடலாம் என்று கனவு காண்கிறது. 40 வருடங்களிற்கு முன்பு தலித் தலைவர்களான எம்.சி.சுப்பிரமணியம் போன்றவர்கள் அரசோடு இணைந்து செயற்பட்டு தலித் மக்களுக்கான சில நலத்திட்டங்களை பெற்றுக்கொண்டதுபோல இப்போதும் செயற்படலாம் என்று அவர்கள் கருதுகிறார்கள் என்றுதான் நினைக்கிறேன். எம்.சி.சுப்பிரமணியம் தன்னுடைய கம்யூனிஸ்ட் இயக்கத்தின் பின்பலத்தோடு அரசோடு பேரம் பேசியவர். அப்போதைய அரசின் அமைச்சரவையில் கம்யூனிஸ்டுகளும் பங்கெடுத்திருந்தார்கள். கொல்வின்.ஆர்.டி.சில்வா, என்.எம்.பெரேரா, பீட்டர் கெனமன் போன்ற இடதுசாரி நட்சத்திரங்கள் அரசின் போக்கைத் தீர்மானிக்கக் கூடியதாயிருந்த காலமது. ஆனால், இன்று அரசுப் பொறுப்பிலிருப்பவர்கள் அப்பட்டமான தரகு முதலாளிய கொள்ளைக்காரர்களும் இனப் படுகொலைக்காரர்களுமே என்பதை தலித் முன்னணி புரிந்துகொண்டு, தனது செயற்திட்டங்களை வகுக்காதவரை இந்தத் தேக்கத்திலிருந்து அதனால் வெளியே வரமுடியாது என்றே கருதுகிறேன்.

மீனா: நீங்கள் இலங்கை அரசின் உளவாளியென்றும், அரசிடமிருந்து பணம் பெறுகிறீர்கள் என்றும், தமிழகத்துப் பத்திரிகையாளர்களிடையே இலங்கை அரசிற்காக ஆள்பிடிக்கிறீர்கள் என்றும் தொடர்ந்து கீற்று இணையத்தளத்தில் குற்றம் சாட்டப்படுகிறீர்களே?

ஷோபாசக்தி: இத்தகைய ஆதாரங்களற்ற குற்றச்சாட்டுகளாலும் அவதூறுகளாலும் எதையும் சாதித்துவிட முடியாது. இந்தப் புறணி பேசும் கூட்டத்தால் என்னிலிருந்து ஒரு மயிரைக் கூட உதிர்த்துவிட முடியாது.

மீனா: உங்கள் மீது வைக்கப்படும் குற்றச்சாட்டுகளுக்கு நீங்கள் பதில் சொல்லாமல் இருப்பது அந்த விமர்சனங்களை உண்மை என்று ஆக்கிவிடாதா?

ஷோபாசக்தி: நான் பொதுவிவாதங்களில் பங்கெடுக்க மறுப்பவனல்ல. என்னுடைய எழுத்தின் பெரும்பகுதி எதிர்வினைகளிலும் விவாதங்களிலும் பதில்களிலுமே செலவிடப்பட்டிருக்கிறது. எத்தகைய மாறுபட்ட கருத்துள்ளவருடனும், எனக்கு முற்று முழுதான எதிர் அரசியல் நிலைபாடுகளை உடையவருடனும் கூட நான் உரையாடவோ,

விவாதிக்கவோ பின்நின்றதில்லை. அண்மையில் கூட வடலி பதிப்பகம் தோழர்களின் ஏற்பாட்டில் தோழர்.தியாகுவுடன் மூன்று மணிநேரங்கள் ஈழத்து அரசியல் குறித்து விரிவாக விவாதித்திருந்தேன். அந்த உரையாடல் ஒரு நூலாக வடலி பதிப்பகத்தால் வெளியிடப்பட இருக்கிறது. ஆனால் உளவாளி, பணம் வாங்குகிறான் என்று புறணி பேசுபவர்களுடன் எல்லாம் என்னால் விவாதிக்க முடியாது. இத்தகைய இழிவான குற்றச்சாட்டுகளைப் பேசும்போது ஆதாரங்களுடன் பேசவேண்டும் என்ற யோக்கியமோ, ஆதாரமற்ற அவதூறுகளை இணையத்தில் அனுமதிக்கக் கூடாது என்ற கடப்பாடு இல்லாதவர்களிடமோ நான் எதை விவாதிக்க முடியும்.

என்னுடைய இத்தனை வருட காலத்து எழுத்தில், பேச்சில் இலங்கை அரசுக்கோ, இந்திய அரசுக்கோ ஆதரவான ஒரு வார்த்தையைக் கூட இந்தப் புறணி பேசும் கூட்டத்தால் காட்ட முடியாது. கடந்த பத்து வருடங்களில் இலங்கை அரச பயங்கரவாதத்தையும் யுத்தத்தையும் எதிர்த்து நாவல்களாகவும் சிறுகதைகளாகவும் உரைச் சித்திரங்களாகவும் என்னளவிற்கு இலக்கியத்தில் பதிவு செய்தவர்களும் யாருமில்லை. அதே தருணத்தில் நான் புலிகளையும் தமிழ்த் தேசிய வெறியையும் கடுமையாக விமர்சித்து எழுதும்போது அதை எதிர்கொள்ளத் திராணியோ, கருத்துப்பலமோ, தார்மீகமோ அற்றவர்கள் என்னை அரச அதரவாளன் என்று நியாயமற்ற முறையில் தீர்ப்பிடுவதன் மூலமே என்னுடைய புலிகளின் மீதான விமர்சனத்தை எதிர்கொள்ள முயலுகிறார்கள்.

மிகவும் நெருக்கிப் பிடித்து விவாதிக்கும்போது அவர்கள் தாங்கள் புலிகளை விமர்சனத்துடன் ஆதரிப்பதாகச் சொல்லி மழுப்புவதுமுண்டு. ஆனால், புலிகளைப் போன்ற வலதுசாரி அரசியல் சக்தியையும் பாசிஸ்டுகளையும் என்னால் விமர்சனத்தோடு என்றாலும் கூட ஆதரிக்க முடியாது. அண்மையில் ஒரு கட்டுரையாளர் குறிப்பிட்டது போல, பிரபாகரன் தான் இறப்பதற்குத் தயாராயிருந்த ஒரே காரணத்தால் ஆயிரக்கணக்கான மக்களைத் தன்னுடன் தடுத்து வைத்திருந்து கொல்லக் கொடுத்ததையெல்லாம், தப்பியோடி வந்த மக்களைச் சுட்டுக் கொன்றதையெல்லாம் விமர்சனத்துடன் ஆதரிக்குமளவிற்கு நான் கொடூரமானவனோ, அயோக்கியனோ கிடையாது.

இந்த நேர்காணல் வெளியானதும் கூட என்னை இலங்கை அரசின் ஆதரவாளன் என்றுதான் அவர்கள் எழுதப் போகிறார்கள். இந்த நேர்காணலில் நான் புலிகள் குறித்துச் சொல்வது மட்டும்தான் அவர்களது பிரச்சினையாயிருக்கும். என்னிடம் பணமோ, சாராயமோ பெற்றுக்கொண்டு என்னை நேர்காணல் செய்து பத்திரிகையில் வெளியிட்டிருக்கிறீர்கள் என்ற அவமானத்தை நீங்களும் சந்திக்க நேரிடும்.

மீனா: நீங்கள், உங்களை இலங்கைக் குடிமகன் என்று ஒரு கட்டுரையில் சொன்னதுகூட இங்கே சர்ச்சையாக்கப்பட்டது

ஷோபாசக்தி: பா.செயப்பிரகாசம் தான் வழக்கம் போலவே நொள்ள கண்டுபிடிந்திருந்தார். நான் என்னை இலங்கைக் குடிமகன் என்று அழைத்துக்கொள்ளாமல் பிரஞ்சுக் குடிமகனென்றா அழைத்துக்கொள்ள முடியும்?

செயப்பிரகாசம் தன்னை இந்தியக் குடிமகன் இல்லை என்று சொல்வது அவரின் உரிமை. ஆனால், நான் என்னை இலங்கைக் குடிமகன் என்று சொல்வதைக் கேள்வி கேட்பதற்கு அவருக்கு உரிமை கிடையாது. இலங்கை என்னுடைய நாடு. எனக்கு அந்த நாட்டில் ஒரு குடிமகனுக்குரிய எல்லா உரிமைகளும் இருக்கின்றன. ஆனால், அந்த உரிமைகள் எனக்கு இலங்கை அரசால் மறுக்கப்பட்டிருப்பதற்காக நான் என்னுடைய உரிமைகளை விட்டுக்கொடுத்திட முடியாது. என்னை இலங்கைக் குடிமகன் இல்லையென்று சொல்ல ராஜபக்சேவிற்கே உரிமை கிடையாது என்றபோது பா. செயப்பிரகாசத்திற்கு கேள்வி கேட்க எங்கிருந்து உரிமை வந்தது?

பா.செயப்பிரகாசம், தன்னை ஒரு சர்வதேச மனிதனாக உணருகிறேன் என்கிறார். அவரிடம் இந்தியக் கடவுச் சீட்டோ, அவருக்கு இந்திய அரசு இயந்திரத்துடன் வேறெந்தக் கொடுக்கல் வாங்கலோ இல்லாதிருக்கலாம். என்னுடைய நிலையும் அவரைப் போன்றதுதான். எனக்கும் இலங்கை அரசுடன் எந்தக் கொடுக்கல் வாங்கலும் கிடையாது; என்னிடம் இலங்கைக் கடவுச் சீட்டும் கிடையாது; பிரஞ்சுக் கடவுச் சீட்டும் கிடையாது. அகதிகளிற்கான பயணப் பத்திரம்தான் வைத்திருக்கிறேன். என்னுடைய தேசிய இனம் இலங்கை அகதி என்றுதான் எல்லா விமான நிலையங்களிலும் அலுவலகங்களிலும் தூதரகங்களிலும் பதிவுசெய்யப்படுகிறது. நான், செயப்பிரகாசம் போல குடியுரிமையை விரும்பித் துறந்தவனல்ல.

அது என்னிடமிருந்து பிடுங்கப்பட்டிருக்கிறது. அவர்கள் மறுத்தாலும் என்னுடைய குடியுரிமையை விட்டுக்கொடுக்க நான் தயாரில்லை.

மீனா: இந்திய அமைதிப்படை எங்களுக்கு ஆதரவாகத்தான் வந்தது. மாகாண சுயாட்சி அமைக்க வேண்டும் என்று வந்தது. நல்ல அதிகாரம் உள்ள சுயாட்சியாக இருந்தும் பிரபாகரன் அதை விரும்பவில்லை என்று கருணா ஒரு நேர்காணலில் கூறியிருக்கிறார். இதன் பின்புலம் என்ன?

ஷோபாசக்தி: கருணா அரசாங்கத்தின் அங்கம். இலங்கை அரசின் குரலில் தான் இப்படி பேசி இருக்கிறார். மக்களுக்கு சொல்லொணா துயரங்களைக் கொடுத்தும், பாலியல் வன்கொடுமைகளைக் கட்டவிழ்த்து விட்டும் மூன்று வருடங்களுக்குள் இந்திய அமைதிப்படை செய்த அட்டூழியங்கள் இலங்கை அரசு இத்தனை வருடங்கள் செய்ததற்குக் குறைந்ததில்லை. அமைதிப்படை, புலிகளையும் அழிக்கக் கருதியே தொழிற்பட்டது. இந்திய இலங்கை ஒப்பந்தத்தில் இரு நாடுகளின் ஆளும் வர்க்க நலன் தான் கருத்தில் கொள்ளப்பட்டதே தவிர, மக்களின் நலன் அல்ல. கருணாவின் குரல் தமிழர்களின் குரல் கிடையாது. அது இலங்கை அரசாங்கத்தின் குரல்

மீனா: ஆனால், இப்பொழுதும் இந்தியா மீதான நம்பிக்கை சில அறிவுஜீ-விகளால் வளர்த்தெடுக்கப்படுகிறதே?

ஷோபாசக்தி: இந்திராகாந்தியின் காலந்தொட்டே இந்திய அரசு ஈழப்போராளிகளை இலங்கை அரசிற்கு அழுத்தங்களைக் கொடுக்கும் அமைப்புகளாக வைத்திருந்து, இலங்கை அரசைத் தனது கட்டுப்பாட்டிற்குள் வைத்திருக்க விரும்பியதே அல்லாமல், அது தனிநாட்டுக் கோரிக்கைக்கு எப்போதும் ஆதரவா யிருக்கவில்லை. இந்திய அரசின் அழுத்தங்களிற்குப் புலிகள் பணிய மறுத்தபோது அது போராகவும் வெடித்து, இந்திய அமைதிப்படை ஈழத்து மக்களைக் கொன்றும் குவித்தது. இலங்கை அரசு முற்றுமுழுதாக இந்தியாவிற்கு அடிபணிந்தபோது அது இலங்கை அரசிற்காக ஒரு போரையும் வெற்றிகரமாக நடத்திக் கொடுத்திருக்கிறது. அந்த வெற்றிக்கான விலையை இந்தியா இனித்தான் இலங்கை அரசிடம் கேட்கயிருக்கிறது. முழு இலங்கையும் இந்தியப் பெருமுதலாளிகளின் காலனியாவதற்கான சூழல் உருவாகியிருக்கிறது.

'ஈழத்தமிழர்கள், இந்திய அரசின் நண்பர்கள்; ஈழம் அமைவதுதான் இந்தியாவிற்குப் பாதுகாப்பு; இந்தியா சிதறாமல்

இருப்பதற்கு இந்திய அரசுக்கு ஈழத்தமிழர்களை விட்டால் வேறு மார்க்கமில்லை' என்றெல்லாம் கவிஞர் கி.பி.அரவிந்தன் அண்மையில் ஒரு இதழில் சொல்லியிருப்பதைப் படித்திருப்பீர்கள். இது அவருடைய கருத்து மட்டுமல்ல. புலிகள் ஆதரவாளர்களில் பலர் இப்படித்தான் சொல்லி வருகிறார்கள். இவர்கள் பிராந்திய வல்லரசு என்னும் இந்தியாவின் ஆக்கிரமிப்புப் பாத்திரத்தைப் புரிந்துகொள்ளாமல் இதைப் பேசவில்லை. காஷ்மீரும் வடகிழக்கு மாநிலங்களும் இந்தியாவிலிருந்து சிதறினால் இவர்கள் எதற்குக் கவலைப்பட வேண்டும். இந்திய வல்லரசைப் பாதுகாப்பதா ஈழத் தமிழர்களின் வேலை? இதென்ன கோணல் கதை!

தமிழ்த் தேசியக் கூட்டமைப்பின் உறுப்பினர்கள் தேர்தல் நேரத்தில் பா.ஜ.க.விற்குப் பரிந்து பேசியது, சங்கராச்சாரியைச் சந்தித்து ஆசி பெற்றது, கோவையில் இந்து முன்னணியினரின் விநாயகர் ஊர்வலத்தில் கலந்துகொண்டு ஈழத்தில் இந்துக்கள் கொல்லப்படுகிறார்கள் என சிவாஜிலிங்கம் எம்.பி. பேசியது, எல்லாவற்றையும் நாம் இணைத்துப் பார்க்க வேண்டியிருக்கிறது. இந்திய மத்திய அரசை அதன் முதலாளிய இந்துத்துவ ஆதிக்க சாதிப் பண்புகளுடன் நாம் புரிந்துகொள்ளும்போது இந்திய அரசிற்கு ஈழத்தமிழர்கள் நண்பர்கள் என்ற பேச்சுக்கே இடம் கிடையாது. இந்திய அரசும் எக்காலத்திலும் ஈழத்தவர்களிற்கு நண்பனாய் இருக்கப் போவதும் கிடையாது

மீனா: தமிழீழம் சாத்தியமில்லை என்று நீங்கள் சொன்னதையும் கி.பி. அரவிந்தன் விமர்சித்திருக்கிறாரே?

ஷோபாசக்தி: என்னத்த விமர்சித்தார்! நரிகள் ஊளையிடுவதால் சூரியன் மறைந்துவிடாது என்று சொல்லியிருக்கிறார். இதெல்லாம் ஒரு அரசியல் விமர்சனமா? தமிழீழம் சாத்தியமெனில் அதைத் தடுக்க நான் யார்? அதற்கு எனக்கு என்ன சக்தியிருக்கிறது. இன்றைய இலங்கை, இந்திய மற்றும் சர்வதேச அரசியல் சூழ்நிலைகளைக் கருத்தில்கொண்டு நான் சாத்தியமில்லை என்றேன். தமிழீழம் சாத்தியம் என நம்பும் அரவிந்தன் அதற்கான தருக்கங்களை முன்வைத்துத் தனது கருத்தை நிறுவவேண்டும். அதைவிடுத்து இந்த நரி, நாய் உவமையெல்லாம் பேசி இன்னும் இன்னும் மக்களை ஏமாற்றலாமென்றும், கொல்லக் கொடுக்கலாம் என்றும் அவர் கருதக்கூடாது.

மீனா: ஈழத் தமிழர்களிற்கு ஆதரவாகத் தமிழகத்தில் எழும் குரல்களை எப்படிப் பார்க்கிறீர்கள்?

ஷோபாசக்தி: நன்றியுடன் பார்க்கிறேன். ஆனால், மனிதாபிமானம், இனவுணர்வு இவற்றின் அடிப்படையில் எழுந்த குரல்கள் அரசியல்ரீதியாகச் சரியாக ஒன்றிணைக்கப்படவில்லை. அவ்வாறு ஒன்றிணைந்த சில தருணங்களில் அவர்கள் தவறான தலைமைகளால் வழிநடத்தப்பட்டார்கள். ஈழம் கிடைப்பதற்கு ஜெயலலிதாவிற்கு ஓட்டுப் போடுங்கள் என்றளவிற்குத்தான் அந்தத் தலைமைகளின் அரசியல் யோக்கியதையும் இருந்தது. வெட்கமாயில்லையா?

ஈழத்து மக்களிற்கு ஆதரவாய் எழுந்த குரல்களை ஒரே மாதிரி மதிப்பிடுவதை நான் என்றைக்குமே செய்யப் போவதில்லை. வெறும் புலி ஆதரவாளர்களிடமிருந்தும் புலி ரசிகர்களிடமிருந்தும் விலகி நின்று ஈழத் தமிழ் மக்களிற்காகப் போராடிய சக்திகளும் தனிநபர்களும் இருக்கிறார்கள். அந்தக் குரல்கள் எங்களின் பாடுகளின் பொருட்டு இன்னும் வலுக்க வேண்டும். இந்தியாவில் இவர்கள்தான் ஈழத்துத் தமிழர்களின் நட்புச் சக்திகளே தவிர, கி.பி.அரவிந்தன் சொன்னது மாதிரி இந்திய அரசு இயந்திரமல்ல.

மீனா: புலிகளே தங்கள் தலைமையின் இழப்பை ஒப்புக்கொண்டிருக்கிறார்கள். இந்நிலையில், பிரபாகரன் உயிருடன் நலமாக இருக்கிறார். மீளெழுச்சி கொண்டு அவர் தலைமையில் போராடுவோம் என்கிறார் பழ.நெடுமாறன்; ஐந்தாம்கட்ட ஈழப்போர் வெடிக்கும், அது பிரபாகரன் தலைமையில் நடக்கும் என்கிறார் சீமான். இவையெல்லாம்?

ஷோபாசக்தி: இது அடுத்தவனைச் சாகக் கொடுத்துவிட்டு அந்தப் பிணம் எரியும் நெருப்பில் வெளிச்சம் பெறவிரும்பும் பேச்சு. உருத்திரகுமாரன் போன்றவர்களே ஆயுதப் போராட்டம் குறித்துப் பேசாமல் வேறு சாத்தியங்கள் குறித்துப் பேசிக்கொண்டிருக்கும்போது, இவர்கள் அய்ந்தாம் கட்ட ஈழப்போர் என்று பேசுவதையெல்லாம் யார் நம்பப் போகிறார்கள்? யார் நம்பினாலும், ஈழத் தமிழர்கள் ஒருபோதும் நம்ப மாட்டார்கள். பிரபாகரன் வந்து படை நடத்துவார் என்று இன்னமும் பேசிக்கொண்டிருக்கும் பொய்யர்களின் பேச்சுக்கெல்லாம் பெறுமதி ஏதுமில்லை. உருட்டும் புரட்டும் சிரட்டையும் கையும் என்றொரு பழமொழி ஈழத்தில் உண்டு

மீனா: தமிழர்கள், தலித்துகள், இஸ்லாமியர்கள், மலையக மக்கள் என சகலருக்கும் ஏற்புடைய அரசியல் தீர்வு அமைய வேண்டுமானால் அது எப்படியிருக்க வேண்டும் எனக் கருதுகிறீர்கள்?

ஷோபாசக்தி: பிரச்சினை என்று இருந்தால் அதற்கு கண்டிப்பாக எங்கேயோ ஒரு தீர்வும் ஏற்கெனவே இருக்கும் என்றெல்லாம் எதிர்பார்க்கக் கூடாது. இப்போது முன்மொழியப்படும் தீர்வுகள் குறித்தும், சம்மந்தப்பட்ட தரப்புகள் கூடிப் பேசித்தான், சமரசங்களும் விட்டுக்கொடுப்புகளும் மூலம்தான் அமைதிக்கான பாதையில் அடியெடுத்து வைக்க முடியும். அதன் மூலம்தான் ஒரு சாத்தியமான தீர்வை வடிவமைக்க முடியும். ஆனால், இன்றைய ராஜபக்சே அரசு தீர்வு குறித்துப் பேசவே மறுக்கிறது. தீர்வுக்குப் புலிகள் சம்மதிக்கவில்லை என்று இவ்வளவு காலமாக இருந்த அரசுகள் சொல்லிவந்தன. அதில் உண்மையும் இல்லாமலில்லை. ஆனால், இப்போது ஒரு தீர்வை முன்வைப்பதில் அரசுக்கு என்ன தடையிருக்கிறது? ஆனால், ராஜபக்சே அடுத்த ஜனாதிபதி தேர்தலிற்குப் பின்புதான் தீர்வு குறித்தெல்லாம் பேச முடியும் என்கிறார். இந்த பொம்மை மகாணசபை ஏற்பாட்டுடனேயே திருப்தியடைய தமிழர்கள் நிர்பந்திக்கப்படுவது மட்டும்தான் இனி நடக்கயிருக்கிறது.

இலங்கையில் இன அடையாளங்களுடன் அரசியல் கட்சிகள் இயங்குவதைத் தடை செய்யும் சட்டமொன்றைக் கொண்டுவர இலங்கை அரசு அண்மையில் முயன்றது. நீதிமன்றம் அந்த முயற்சிக்கு இப்போது தடைபோட்டிருக்கிறது. எனினும், அரசு சிறுபான்மை இனங்களின் அரசியலுக்கு முடிவுகட்டி அவற்றின் தனித்துவத்தை நீர்த்துப்போகச் செய்யவே முயற்சிக்கிறது. நாடு முழுவதையும் பேரினவாதக் கட்சிகளே பிரதிநிதித்துவப்படுத்தும் திட்டத்தை நோக்கியே இலங்கை அரசு நகர்கிறது. ராஜபக்சேவுடன் கூட்டுச் சேர்ந்த கட்சிகள்தான் கிழக்கில் மகாண சபையையும் யாழ் நகரசபையையும் கைப்பற்றியிருக்கின்றன.

இப்போதைக்குத் தீர்வென்றெல்லாம் ஏதுமில்லை. அதை ஏதாவது ஒரு தரப்பு மட்டும் முடிவுசெய்துவிட முடியாது. ஒரு தீர்வுத் திட்டத்திற்கு வருமாறு இலங்கை அரசுக்கு அழுத்தம் கொடுக்கக் கூடிய அரசியல் சக்திகள் இப்போது தமிழர்களிடம் கிடையாது.

மீனா: புலிகள் அவ்வாறான சக்திகளாக முன்பு இருந்தார்களல்லவா?

ஷோபாசக்தி: நிச்சயமாக இருந்தார்கள். ஆனால், பல்லாயிரம் உயிர்களைப் பலிகொடுத்து அதன்மேல் கட்டப்பட்ட அந்தச் சக்தியைப் புலிகள் தவறாக விரயம் செய்தார்கள். அவர்களின் இராணுவவாத அரசியலும் சர்வதேச அரசியல் சூழல்களைப்

புரிந்துகொள்ள அவர்கள் மறுத்ததும்தான், இறுதி நேரத்தில் புலிகள் யுத்த நிறுத்தத்திற்குத் தயார் என்று அறிவித்தபோது கோத்தபாய ராஜபக்சே இது நல்ல நகைச்சுவை என்று கேலி பேசி அந்தக் கோரிக்கையை நிராகரிக்குமளவிற்குப் புலிகளைக் கொண்டுவந்து நிறுத்தியது; இறுதியில் அவர்களை அழித்தும் போட்டது.

புலிகள் வழியிலான அரசியல் வெறும் தோல்வி அரசியல் மட்டுமல்ல; தார்மீகம் அற்ற அரசியலும் என்பதைக் காலம் நிரூபித்துள்ளது. வெறுமனே தமிழ்த் தேசிய உணர்வில் நின்று பேசாமல், இன்றைய சர்வதேச அரசியல் சூழல்களையும் இலங்கைக்கும் அந்நிய வல்லாதிக்கவாதிகளுக்குமான தொடர்பையும், அதில் இருக்கும் பொருளியல் காரணிகளையும் விளங்கிக்கொள்ள முடிந்தவர்களால் மட்டுமே இனித் தமிழர்களிற்குச் சரியான அரசியல் தலைமையை வழங்க முடியும். அரச பயங்கரவாதத்திற்கு எதிரான, விட்டுக்கொடுக்காத எதிர்ப்புணர்வும் சனநாயக அரசியல் நெறிகளின் மீது நம்பிக்கையும் கொண்ட ஒரு அரசியல் போக்கு வெற்றிடத்திலிருந்து உருவாக வேண்டியிருக்கிறது

மீனா: வடக்கின் வசந்தம் தமிழரின் வாழ்வில் வீசுமா?

ஷோபாசக்தி: அரசியல் தீர்வினை வழங்கி ராணுவத்தை மீளப்பெற்றுக்கொள்வதன் மூலம் தான் வசந்தம் வருமே தவிர, இலங்கை அரச படைகளை தமிழர்களின் குடியிருப்புகளில் செருகிக்கொண்டு போவதன் மூலம் வராது. மாகாண சபை போன்ற அற்ப சொற்ப சலுகைகளுடன் தமிழர்களின் அரசியல் கோரிக்கைகளை முடக்குவதற்கான கவர்ச்சிக் கண்துடைப்பே இந்த வடக்கின் வசந்தம்.

மீனா: வசந்தம் இல்லையென்றாலும், போர்ப் பீதிகளற்ற வாழ்வாவது சாத்தியமென்றால் உங்கள் கிராமத்திற்குத் திரும்புவீர்களா?

ஷோபாசக்தி: இரண்டு அல்லது மூன்று வருடங்களில் திரும்பிவிடலாம் என்ற நம்பிக்கையுடன் தான் எனது கிராமத்திலிருந்து கிளம்பினேன். இருபது வருடங்களாகிவிட்டன. அய்ரோப்பாவில் அகதி வாழ்க்கை மிகவும் கசப்பான வாழ்க்கை என்றெல்லாம் நான் சொல்லமாட்டேன். எனது கிராமத்தின் மீது எனக்குப் பெரிய பற்றிருக்கிறது என்பதுமில்லை. ஆனால், ஈழப் போராட்டத்தில் பங்கெடுத்தவன் என்ற முறையிலும் ஒரு இடதுசாரி என்ற வகையிலும் எனது எழுத்தும் அரசியலும் வாழ்வும் முற்று

முழுதாக ஈழத்துடன்தான் பிணைந்திருக்கிறது. ஊருக்குப் போக வேண்டும்; அதற்கான சூழலும் தருணமும் விரைவில் எனக்குக் கிட்டவேண்டுமென்று என்னை வாழ்த்துங்கள் மீனா!

மீனா: நிச்சயமாக ஷோபா! உங்களுக்கும் உங்களைப் போலவே காத்துக்கொண்டிருக்கும் அத்தனை ஈழத் தமிழர்களுக்கும் அத்தருணம் விரைவில் கிடைக்க எனது உளமார்ந்த வாழ்த்துகள்!

துயரங்களை பகடிகளாக்கும் கலகக்காரன்

நேர்காணல்: நீலகண்டன், சிராஜுதீன்

புது விசை, மே, 2007

'உலகத் தமிழ் இலக்கியத்திற்கு ஈழத்தமிழர்கள்தான் தலைமை தாங்குவார்கள்' என சிவத்தம்பி பத்தாண்டுகளுக்கு முன்பு பிரகடனப்படுத்தியபோது அதை எள்ளி நகையாடியும் கிண்டலடித்தும் எதிர்கொண்டவர் ஷோபாசக்தி. ஆனால் அந்தப் பிரகடனத்தை உயிர்ப்பித்து வருபவரும் அவரே என்பதுதான் தற்போதும் அழகிய முரணாக உள்ளது. சின்னக் கதையாடல்கள், எதிர்க் கதையாடல்கள் வரலாற்றில் சிதிலமாக்கப்பட்ட, நிகழ்வுகளில் வெறுத்தொதுக்கப்பட்டுவரும் மனிதர்கள் குறித்த கரிசனங்களின் வெளிப்பாடாக இயங்கிவரும் ஷோபா சக்தி இரு நாவல்கள் ஒரு சிறுகதை ஒரு கட்டுரைத் தொகுப்பு என மிகக் குறுகிய காலத்தில் தமிழிலக்கியத்தை வியாபித்துக் கொண்டதோடு ஈழத்து சைவ வெள்ளாள மரபையும், இந்திய பார்ப்பன சுயசாதி அடையாளங்களுக்குள் இயங்கிவரும் எழுத்துலக மரபையும் அதிர்ச்சிக்குள்ளாக்கி வருபவர்.

புலம்பெயர்ச் சூழலை, அகதி மனநிலையை புலம்பித் தீர்த்தவர்களுக்கு மத்தியில் அவைகளைத் தன் இருப்பை விமர்சிக்கும் கருவிகளாக மாற்றிக் கொண்டதில்தான் ஷோபாசக்தி ஒட்டுமொத்தமாக வெற்றியடைந்துள்ளார் என்றே சொல்லத்

தோன்றுகிறது. அவரது பிரதிகளில் பாத்திர உரையாடல்கள் வலிகளைப் பேசும் என எதிர்பார்க்கும் பல தருணங்களில் பகடி செய்துவிட்டுப் போகும் அதிசயம் தமிழிலக்கியத்தில் காணக்கிடைக்காத கதையாடல். மார்க்சியம், பெரியார், அம்பேத்கர், டிராட்ஸ்கி, பின்நவீனத்துவம், திரைப்படம் என எதைப் பற்றிய உரையாடலையும் ஷோபாவோடு நிகழ்த்த முடியும். தேசியம் பற்றிய கதையாடலில் மயங்கிக் கிடந்த தங்களை 'நிறப்பிரிகை' மீட்டெடுத்ததாய்ச் சொல்லும் ஷோபா சக்தி, நிறப்பிரிகை முன்னெடுத்த குடும்பம், இனவாதம், பாசிசம் ஆகிய விவாதங்களின் பிந்தைய தொடர்ச்சியின் வீரியத்தோடு இயங்கிவருபவர். வெறும் எழுத்தாளன், அறிவுஜீவி என்பதான பிம்பங் களை உடைத்துக்கொண்டு ஈழத்தமிழர்கள் நடத்துகின்ற தைப்பூச விழாக்களில் பெரியார் அம்பேத்கர் கருத்துகளை துண்டறிக்கையாக்கி கொண்டுபோய் கொடுத்து உதைவாங்கித் திரும்புவது போன்ற இயக்கக்காரனின் அலாதி அனுபவங்களும் ஷோபாசக்திக்கும் அவரது உற்ற நண்பர் சுகனுக்கும் உண்டு. ஒவ்வொரு ஆண்டும் வேலைச்சுமையின் அசதி போக்கிக் கொள்ளவும் நண்பர்களையும் புத்தகக் கண்காட்சியையும் காணவும் தமிழகத்திற்கு வரும் ஷோபாசக்தி இம்முறை உரையாடியது புதுவிசைக்காக...

Rogue படைப்பாளி எனத் தமிழ்ச் சூழலில் உங்களைப் பற்றிய விம்பம் குறித்து?

அப்படியா சொல்கிறார்கள்? சமூக ஒழுக்கங்கள் எனச் சொல்லப்படுபவற்றை நான் கடை பிடிக்காததினாலும் சொந்த வாழ்விலும் எழுத்திலும் காதல், சேர்ந்து வாழ்வது, குடும்பம், குழந்தைகள் போன்ற வற்றை நான் மறுத்து வருவதாலும் வேலை தொழில் போன்றவற்றில் அக்கறையற்றிருப்பதாலும் எனது போதைப் பழக்கத்தாலும் என் குறித்து இப்படியொரு விம்பம் ஏற்பட்டிருக்கலாம்.

ஆனாலும் கட்டாய உழைப்பை வலியுறுத்தும் மனிதர்களைத் தொடர் கண்காணிப்பிற்குள் வைத்திருக்கும் அய்ரோப்பிய நவீன முதலாளிய சமூக அமைப்பில் முழுமையான மனநிலையில் வாழ்வது முடியாத காரியமாய்த்தானிருக்கிறது.

வீரத்தையும் தியாகத்தையும் தனிமனித ஒழுக்கத்தையும் ஆண்மையையும் தேசபக்தியையும் மொழிப் பற்றையும்

உழைப்பையும் கொண்டாடும் நமது தமிழ்ச்சூழலிலோ இயக்கப் போராளியாகவோ கட்சி ஊழியனாகவோ இருப்பதைவிட Rogue மன நிலையில் வாழ்வது சவாலானது. வன்முறையும் ஒழுங்குகளும் நிறைந்த இந்தச் சமூக அமைப்பில் பித்துநிலை அல்லது மனநிலையைத் தக்க வைத்திருப்பதால் மட்டும்தான் ஒருவர் தன்னைச் சுதந்திர உயிரியாகத் தன்னளவில் உணர்ந்துகொள்ள முடியும் என்றே நான் கருதுகிறேன்.

போர்ச்சூழலும் நாடோடித்தன்மையும் கொண்ட உங்களது வாழ்வியற் பின்னணியிலிருந்து கொண்டு உங்களால் எப்படி இவ்வளவு நக்கலும் நையாண்டியுமாகக் கதை சொல்ல முடிகிறது?

நான் போரைப் பற்றியும் புகலிடத்தைப் பற்றியும் இயக்கத்தைப் பற்றியும் குடும்பத்தைப் பற்றியும் தேசியவாதத்தைப் பற்றியும் சாதியைப் பற்றியும் காதலைப் பற்றியும்தானே கதைகளைச் சொல்கிறேன். இவைகள் அனைத்தும் கேலிக்கும் கிண்டலுக்கும் உரியவைகள்தானே! இந்த வலிமை பொருந்திய சாமான்களை எதிர்கொள்ள நையாண்டியைத் தவிர என்னிடம் வேறெந்த ஆயுதங்களும் தற்போது கைவசமில்லை.

இன்றைக்கு வரைக்கும் ஈழத்தமிழர்களுக்கு ஆதரவாகயிருந்தவர் எனத் தமிழ்த் தேசியர்களால் விதந்தோதப்படும் இந்திராகாந்தியின் மரணம் உங்கள் 'கொரில்லா'வில் ஒரு மாடு செத்துப்போனது மாதிரியான கவலைதான் ஈழத்திலிருந்தது என்பது எங்களுக்கு ஆச்சரியத்தை அளிக்கின்றது?

நீங்கள் தவறாகப் புரிந்துகொண்டிருக்கிறீர்கள்.

'கொரில்லா' நாவலில் சித்திரிக்கப்பட்டுள்ள என்னுடைய கிராமம் ஈழத்தின் குறுக்குவெட்டுத் தோற்றமல்ல. எனது கிராமத்தில் மக்களுக்கு 1984களில் அன்றாட அரிசியையும் மீனையும் பெற்றுக்கொள்வதுதான் ஒரே அரசியல். அரசியல் கட்சிகளின் கிளைகளோ கொடிகளோ உறுப்பினர்களோ எங்கள் கிராமத்தில் கிடையாது. தீப்பெட்டியென்றால் யானை மார்க் தீப்பெட்டி சவர்க்காரமென்றால் சன்லைட் சவர்க்காரம் சைக்கிளென்றால் ரலி சைக்கிள் வாக்குப் போடுவதென்றால் உதய சூரியனுக்குப் போடுவது என்பவைதான் கிராம மக்களின் வாழ்க்கையாயிருந்தது.

அவர்களின் ஏழ்மையும் அறியாமையும் அவர்களைத் தமக்கான அரசியல் குறித்துச் சிந்திக்கவிடவில்லை. அவர்களில் பலர் மகாத்மா காந்தியின் மகள்தான் இந்திராகாந்தி என்றுகூட நம்பிக்

கொண்டிருந்தார்கள். அவர்களிடம்தான் இந்திராவின் மரணம் ஒரு மாடு செத்தது போன்ற சலனத்தை ஏற்படுத்தியது. ஆனால் இந்திராகாந்தியின் சாவு யாழ்ப்பாணத்து மேட்டுக்குடிகளிடையேயும் தமிழ்த் தேசிய விடுதலை இயக்கங்களின் இளைஞர்களிடமும் பெரும் பதற்றத்தை உருவாக்கியிருந்தது. அப்போது எங்களின் கைகளில் சீக்கியர்கள் யாராவது சிக்கியிருந்தால் யாழ்ப்பாணத்தில் அவர்களை உயிருடன் சமாதியாக்கியிருப்போம். அவ்வளவுக்கு எங்களுக்கு இந்திரா கிறுக்குப் பிடித்திருந்தது. யாழ்ப்பாணம் முழுவதும் இந்திராகாந்தியின் சாவையொட்டிக் கண்ணீர் அஞ்சலிகளும் வீரவணக்கக் கூட்டங்களும் நடத்தப்பட்டன.

அப்போது ஆயிரக்கணக்கான ஈழப்போராளிகள் தமிழகத்திலும் உத்தரப்பிரதேசத்திலும் இந்திய இராணுவத்தினரால் பயிற்றுவிக்கப்பட்டுக் கொண்டிருந்தார்கள். 1985 பொங்கலுக்குத் தமிழீழம் என்று கட்டிவிடப்பட்டிருந்த கதையாடலின் மீது பெருத்த இடியாக இந்திராவின் சாவு இறங்கியது.

1977ல் இலங்கையில் ஜே.ஆர்.ஜெயவர்த்தனா ஆட்சியைக் கைப்பற்றியதுடன் அவரின் வெளிப்படையான அமெரிக்காவுடனும் சீனாவுடனுமான உறவுகள் சுதந்திர வர்த்தக வலையம் என்ற பெயரில் மேற்கு நாடுகளின் தொழிலாதிக்கம் இலங்கையில் நிலவ வழிசெய்தது. சிறிமாவோ பண்டாரநாயக்க அதுவரை கடைப்பிடித்து வந்த இந்தியாவுக்கு அடிபணியும் கொள்கையை ஜே.ஆர்.ஜெயவர்த்தனா கைவிட்டது போன்ற காரணிகளால் இந்திய ஆளும் வர்க்கம் இலங்கையில் அரசியல் உறுதிப்பாடற்ற நிலைமைகளைத் தோற்றுவித்து இலங்கை அரசைத் தனது பூரண கட்டுப்பாட்டிற்குள் கொண்டுவரவே ஈழப்போராளிகளைக் கருவிகளாகப் பயன்படுத்திக்கொண்டிருந்தது.

போதியளவுக்கு உள்நாட்டு யுத்தம் மூண்டதும் அதைச் சாக்காக வைத்து இந்தியா இலங்கையின் இறைமையில் நேரடியாகவே தலையிட்டது. 1985ல் திம்புவில் நடந்த பேச்சு வார்த்தைகளும் 1987ல் செய்யப்பட்ட இலங்கை இந்திய ஒப்பந்தமும் அதைத் தொடர்ந்த இந்திய அமைதிப்படையின் ஆக்கிரமிப்பும் முற்று முழுதாக இந்திய ஆளும் வர்க்கங்களின் பிராந்திய நலன் என்ற நிலையிலிருந்தே மேற்கொள்ளப்பட்டன. அதனால் தான் இலங்கை இந்திய ஒப்பந்தம் சிங்கள மக்களாலும் எதிர்க்கப்பட்டது. தமிழர்களாலும் எதிர்க்கப்பட்டது.

ஆனால் தொண்ணூறுகளில் சோவியத் யூனியனின் உடைவால் உலக அரசியலில் அமெரிக்கா தனிப் பெரும் வல்லரசாக உருவாகியது. இலங்கையில் மேற்கு நாடுகளின் மூலதனமும் மேற்கு நாடுகளில் இலங்கை அகதிகளும் குவிந்து கிடப்பது போன்ற காரணிகளால் இந்தியாவால் இப்போது நேரடியாக இலங்கை அரசியலில் ஆதிக்கம் செலுத்த முடியவில்லை. இலங்கை இப்போது மேற்கு நாடுகளினதும் ஜப்பானினதும் இந்தியாவினதும் வலிமைகளைப் பரிசோதிக்கும் களமாக மாற்றப்பட்டுள்ளது. உண்மையில் இலங்கை தனது அனைத்து அரசியல் பொருளியல் இறைமைகளையும் இழந்து முற்றுமுழுதாக மறுகாலனியாக்கப் பட்டுள்ளது.

இலங்கை அரசின் கதியே இதுவென்றால் விடுதலைப்புலிகளின் கதியை யோசித்துப் பாருங்கள்! இல்லாத இறைமையை அவர்கள் எங்கே போய் இழப்பது. இலங்கை அரசுக்கும் புலிகளுக்குமான அமைதிப் பேச்சுவார்த்தையை மட்டுமல்ல யுத்தத்தையும் தீர்மா னிக்கும் நெறிப்படுத்தும் தீர்மானகரமான சக்திகளாக இந்த அந்நிய வல்லாதிக்கவாதிகளே இருக்கிறார்கள். ஒருகாலத்தில் இலங்கையின் இறைமை வெளிகளில் இந்தியா மட்டுமே நுழைந்தது. ஆனால் இப்போது நடப்பது கூட்டுக் கொள்ளை.

ஆனால் இன்னமும் இந்திரா காந்தியை மட்டுமல்ல எம்.ஜி.ஆரையும் ஈழத்தமிழர்களின் காவல் தெய்வங்களாகக் கொண்டாடும் தமிழ்த் தேசியர்கள் இருக்கிறார்கள் என்பது மட்டுமல்ல அவர்கள் ஈழத்து அரசியலில் செல்வாக்குப் பெற்றவர்களாகவுமிருக்கிறார்கள். விடுதலைப் புலிகளின் நிலைப்பாடே அப்படித்தானேயிருக்கிறது! உரிமைகளுக்காகப் போராடும் ஈழத் தமிழர்களுக்கு சர்வதேசத்தின் புரட்சிகரத் தோழமைகள் முக்கியமானவை. குறிப்பாக இந்தியாவை எடுத்துக்கொண்டால் எங்களது தோழமை கொம்யூனிஸ்டுகளுடனும் நக்ஸல்பாரிகளுடனும் தானிருக்க வேண்டும்.

ஆனால் ஈழப் போராட்டத்தை தலைமை தாங்கியவர்களின் தாங்குகிறவர்களின் குறுந்தேசியவாதமும் இஸ்லாமிய எதிர்ப்பும் கலாச்சார அடிப்படைவாதமும் அதிவலதுசாரித்தனமும் ஈழப் போராட்டத்தின் ஆதரவு சக்திகளாக வைகோவையும் நெடுமாறனையும் ராமதாஸையும் பால்தாக்கரேயையும் தான் திரட்டி வைத்திருக்கிறது. குருட்டுப் பூனை செத்த எலியைத்தான் பிடிக்கும் என்பார்கள்.

உலகமயச் சூழலில் திரும்பத் திரும்ப இயக்கமாக வேண்டிய தேவைகள் இந்தியா இலங்கை போன்ற மூன்றாம் உலகநாடுகளின் தேவையாயுள்ளபோது நீங்கள் தொடர்ந்து இயக்கங்களைத் தாக்கியும் விமர்சித்தும் வருகிறீர்களே?

நான் ஒருபோதும் இயக்கங்களின் அமைப்புகளின் தேவையை மறுத்துப் பேசியதில்லை. எதிரி அமைப்பாகத்தான் இருக்கின்றான். அவன் அந்த அமைப்பைக் கட்டிக் காப்பதற்கு பொலிஸ், ஆயுதப்படைகள், நீதி மன்றம், சிறைச்சாலை என்று உப அமைப்புகளையும் தன்னைக் காப்பாற்றும் சட்ட ஒழுங்குகளையும் தன்னை நியாயப்படுத்தும் தத்துவங்களையும் கட்டிவைத்திருக்கின்றான். பண்பாட்டுக்கூறுகளில் தன் நலனைப் பிரதிபலிக்கும் கருத்தாக்கங்களை மறைத்தும் வைத்திருக்கின்றான். இத்தனை தந்திரமாகவும் உறுதியாகவும் நிறுவப்பட்டிருக்கும் அமைப்புக்கு எதிராக போராடுவதெனில் எதிரி உருவாக்கி வைத்திருக்கும் நிறுவனங்களைச் சிதைப்பதெனில் நாம் நிச்சயம் அமைப்பாக வேண்டும். புரட்சிகரக் கட்சியாக வேண்டும்.

ஆனால் வரலாறு முழுவதும் நமது புரட்சிகரக் கட்சிகளின் பண்புகளை மீள்மதிப்பீடு செய்து பாருங்கள். அவர்களின் இலட்சியங்கள் முதலாளியத்திற்கு அதிகாரத்திற்கு எதிராகவிருக்கும் வேளையில் அவர்களின் அமைப்பு, கட்சி வடிவங்கள் முதலாளித்துவக் கட்சிகளின் மாதிரியிலேயே வடிவமைக்கப்பட்டிருக்கின்றன. சன நாயகத்துவ மத்தியகுழு, புரட்சிகர நிறைவேற்றுக்குழு என்ற ஏதோவொரு குழுதான் அமைப்பின் முழு வேலைத்திட்டத்தையும் நிர்ணயிக்கிறது. பரந்துபட்ட மக்கள்திரளின் வித்தியாசம் வித்தியாசமான பிரச்சினைகளை வர்க்கமென்றோ தேசிய இனமென்றோ இதுவரையான நமது அமைப்புக்கள் சாராம்சப்படுத்தி வந்திருக்கின்றன. வித்தியாசங்களைச் சாராம்சப்படுத்துவது அதிகாரத்தை ஓரிடத்தில் குவிப்பது போன்ற பண்புகளின்றி அதிகாரம் பரவலாக்கப்பட்ட புரட்சிகர அமைப்புக்களைத்தான் நாம் கண்டடைய வேண்டும்.

ஆனால் அமைப்புகள் கட்சிகள் குறித்து விமர்சனங்களை அய்ரோப்பியச் சூழலிலும் சரி தமிழகச் சூழலிலும் சரி முன்வைத்த நவீனத்துக்குப் பிந்திய முக்கிய சிந்தனையாளர்கள் இடதுசாரிகளாகவே இருந்தார்கள், இருக்கிறார்கள்.

உறுதியான ஏகாதிபத்திய எதிர்ப்பாளர்களாகவும் தீவிர சமூக அக்கறையாளர்களாகவுமே இருந்தார்கள். ஆனால் இங்கே என்ன நடக்கிறதென்றால் என்.ஜி.ஓ.க்களிடமும் வலதுசாரி அறிவுத்துறைக் கட்டமைப்புகளிலும் தஞ்சம் புகுந்திருக்கும் அறிவுத்துறை யினர் அமைப்புகள் கட்சிகள் குறித்த நவீனத்துக்குப் பிந்திய சிந்தனைகளை எளிமைப்படுத்தித் தமது குற்ற உணர்ச்சிகளைத் தணிப்பதற்கான ஔடதமாகத் தடவிக் கொண்டிருக்கிறார்கள். இந்த விவாதங்களுக்கு அப்பால் நமது சூழலைப் பொறுத்தவரை ஒருவகையான நக்ஸல்பாரி மனநிலை அறிவுஜீவிகளுக்குத் தேவை என்று சொல்லும் அ.மார்க்சுடன் நான் முழுமையாக உடன்படுகிறேன்.

உலகமயமாக்கலை இந்தியாவும் இலங்கையும் முழுமையாக ஏற்றுக்கொண்டன. இந்தியாவில் பல்வேறு இயக்கங்களும் உலகமயமாக்கலை எதிர்க்கின்றன. இலங்கையில் எல்.டி.டி.ஈ. நிலை என்ன?

2002லேயே வன்னியில் புலிகள் கூட்டிய பத்திரிகையாளர் மாநாட்டில் விடுதலைப்புலிகளின் தலைவர் தமது இயக்கத்தின் பொருளாதாரக்கொள்கை திறந்த பொருளாதரக்கொள்கைதானென்று பகிரங்கமாகவே பிரகடனப்படுத்தினார். இலங்கையில் மின்சாரம், நீர். வழங்கல், போன்ற பொதுச்சேவைகள்கூட அந்நிய பன்னாட்டு நிறுவனங்களின் கைகளிலே வீழ்ந்து கொண்டிருக்கின்றன. இந்தியா 500 மில்லியன் அமெரிக்க டொலர்கள் முதலீட்டில் இலங்கையின் கிழக்குப் பகுதியிலுள்ள சம்பூரில் ஒரு அனல் மின் நிலையத்தை அமைக்கவிருக்கிறது.

'வொய்ஸ் ஒப் அமெரிக்கா' இன்னும் இலங்கையில் இயங்கிக் கொண்டிருக்கிறது. இது குறித்தெல்லாம் புலிகள் எப்போதுமே வாய் திறந்ததில்லை. நவீன உலக அரசியல் வரலாற்றிலேயே விடுதலைப் புலிகளைப்போல ஏகாதிபத்திய அடிவருடிகளான ஒரு தேசிய விடுதலை அமைப்பை நீங்கள் கண்டிருக்க முடியாது. அண்மையில் ஈராக்கிய அதிபர் சதாம் உசேன் அமெரிக்காவால் தூக்கிலிடப்பட்டுக் கொலைசெய்யப்பட்ட நிகழ்வை எடுத்துக்கொள்ளுங்கள்.

இதுவரையில் புலிகள் சதாமின் கொலைக்கு வாயளவிலான ஒரு கண்டனத்தைத் தன்னும் தெரிவித்தார்களில்லை. புலிகள் முதலாளியத்தினதும் உலகமயமாக்கலின் ஆதரவாளர்கள்

மட்டுமல்ல விசுவாசமான பாதுகாவலர்களும் கூட. வாரத்திற்கு ஒருமுறை வெளிநாட்டுத் தூதுவர்களையும் இராசதந்திரிகளையும் சந்திக்கும் விடுதலைப் புலிகளின் தலைவர் 1987 சுதுமலைப் பொதுக்கூட்டத் திற்குப் பின்பு கடந்த இருபது வருடங்களாகவே பொது மக்களைச் சந்திக்கவேயில்லை என்பதையும் குறித்துக் கொள்ளுங்கள்.

சரி அங்குள்ள இடதுசாரிகளின் எதிர்ப்பு எப்படி உள்ளது?

சோஸலிச சமத்துவக் கட்சி புதிய ஜனநாயகக் கட்சி போன்ற மிகச்சிறிய அமைப்புகள் உலகமயமாக்கலைக் கடுமையாக எதிர்த்து வருகின்றன. லங்கா சமசமாஜக் கட்சி இலங்கைக் கொம்யூனிஸ்ட் கட்சி போன்ற பெரும் கட்சிகள் இடதுசாரிப் பாதையிலிருந்து இனவாதப் பாதைக்கு நகர்ந்து வெகுநாட்களாகின்றன.

அவர்கள் அரசின் அமைச்சரவையில் இடம் பிடித்துக் கொண்டு உலகமயாக்கலுக்கு கொள்கை விளக்கம் கொடுத்துக் கொண்டிருக்கிறார்கள். இன்று சிங்களக் கிராமப்புற மக்களிடமும் மாணவர்களிடமும் பெரும் செல்வாக்கைக் கொண்டிருக்கும் ஜேவிபி தனது கடந்த கால ஏகாதிபத்திய எதிர்ப்புப் பாரம்பரியத்தைக் கைவிட்டு வாக்குப் பொறுக்கிகளின் கூடாரமாகி விட்டது. புலிகளின் கட்டுப்பாட்டுப் பகுதிகளைப் பொறுத்தளவில் அங்கே எந்த இடதுசாரிக் கட்சிக்கும் தொழிற்சங்கங்களுக்கும் இயங்குவதற்கு அனுமதியில்லை. மக்களின் கருத்துரிமை, பேச்சுரிமை, அரசியல் கூட்டங்கள், ஆர்ப்பாட்டங்கள் நடத்தும் உரிமைகள் என அனைத்துமே பாஸிசப் புலிகளால் மறுக்கப்பட்டுள்ளன. மக்களுக்குச் சுதந்திரமாக வாக்களிக்கும் உரிமைகூடக் கிடையாது. உங்களுக்கு ஒரு பாப்பாப்பட்டி கீரிப்பட்டி தான். ஆனால் எங்கள் தேசம் முழுவதுமே பாப்பாப்பட்டி கீரிப்பட்டியாய்க் கிடக்கிறது.

உலக மார்க்ஸியர்களால் ஓடுகாலிப் பட்டம் சூட்டப்பட்ட டிராட்ஸ்கியை நீங்கள் ஆதரிப்பது?

இப்படி எடுத்த வீச்சுக்கு ஓடுகாலி, கந்தலாண்டி, திரிபுவாதி, திருத்தல்வாதி, கலைப்புவாதி, காட்சிவாதி, துரோகி என்று பட்டங்கள் கட்டித்தானே நாசமாய்ப்போய் நடுத்தெருவில் நிற்கிறோம்.

இலங்கையின் முதலாவது இடதுசாரிக் கட்சியான லங்கா சமசமாஜக் கட்சியின் தலைவராகயிருந்த கொல்வின் ஆர்.டி. சில்வாவும் கட்சியின் பெரும்பான்மை உறுப்பினர்களும்

ட்ராட்ஸ்கியவாதிகளே. 1939ல் கட்சி ஸ்டாலினின் தலைமையிலான மூன்றாவது அகிலத்தின் மீது நம்பிக்கையின்மைத் தீர்மானத்தை நிறைவேற்றியது. உலகம் முழுவதும் இடதுசாரிக் கட்சிகளிலிருந்து ட்ராட்ஸ்கிஸ்டுகள் வெளியேற்றப்பட்டுக் கொண்டிருந்த போது இலங்கையின் முதலாவது இடதுசாரிக் கட்சி கட்சியிலிருந்த ஸ்டாலினிஸ்டுகளை வெளியேற்றியது. ஆக இலங்கையைப் பொறுத்தளவில் ஓடுகாலிப்பட்டம் ஸ்டாலினிஸ்டுகளுக்கு என்பது வரலாற்றின் முரண்நகை.

மலையக மக்களின் பிரசா உரிமையை சேனநாயக்க அரசு பறித்தபோது அதற்கெதிராக ல.ச.ச. கட்சி தீவிரமாகப் போராடியது. தனிச்சிங்களச் சட்ட மசோதா விவாதத்தின்போது ட்ராட்ஸ்கிஸ்டுகளான என்.எம்.பெரேராவும் கொல்வின் ஆர்.டி.சில்வாவும் பாராளுமன்றத்தில் ஆற்றிய உரைகள் முக்கியமானவை தீர்க்கதரிசனமானவை. உங்களுக்கு அமைதியான அய்க்கியமான ஒரு இலங்கை வேண்டுமா அல்லது இரண்டாகத் துண்டாடப்பட்ட இரத்தப் பெருக்கெடுத்த ஏகாதிபத்தியப் பிசாசுகளால் விழுங்கப்படப்போகும் இரண்டு இலங்கைகள் வேண்டுமா? அதனால் இந்து சமுத்திரம் முழுவதும் ஏகாதிபத்தியப் பிசாசுகளுக்கு இரையாகும். 'இரண்டு மொழிகளென்றால் ஒருநாடு ஒரு மொழியென்றால் இருநாடு' என்றார் கொல்வின் ஆர்.டி. சில்வா.

1964ல் ல.ச.ச.கட்சி அரசோடு இணைந்துகொண்டதைத் தொடர்ந்து கட்சியிலிருந்து வெளியேறியவர்களால் 1968ல் தோழர். கீர்த்தி பாலசூரியாவை செயலாளராகக் கொண்டு புரட்சிக் கொம்யூனிஸ்ட் கழகம் தோற்று விக்கப்பட்டது. கழகம் நான்காம் அகிலத்தின் அனைத்துலகக் குழுவின் இலங்கைக்கான பிரிவா யிருந்தது. 1990களில் புரட்சிக் கொம்யூனிஸ்ட் கழகம் "வடக்குக் கிழக்கிலிருந்து சிறிலங்கா இராணுவமே வெளியேறு! தமிழ் முஸ்லீம் சிங்களப் பாட்டாளிகளின் அய்க்கியம் ஓங்கட்டும்" என்பதையே தனது முதல் முழக்கங்களாய்க் கொண்டு இயங்கியது. நான் 1993லிருந்து 1997வரை புரட்சிக் கம்யூனிஸ்ட் கழகத்திற்காகப் பிரான்ஸில் வேலை செய்தேன். இங்கிருந்து வருகிறது என் ட்றொட்ஸ்கியப் பாரம்பரியம்.

இப்பொழுது புரட்சிக் கம்யூனிஸ்ட் கழகம் சோஸலிச சமத்துவக் கட்சியாகப் பெயரையும் பண்பையும் மாற்றிக் கொண்டுவிட்டது. எனக்கும் கட்சியின் மீது ஆயிரெத்தெட்டு விமர்சனங்கள்

உள்ளன. ஸ்டாலினிசமா ட்ராட்ஸ்கிஸமா என்று புகலிடப் பத்திரிகைகளில் முரட்டுத்தனமான விவாதங்களில் ஈடுபட்ட காலத்தையும் நான் கடந்து வந்துவிட்டேன். ஆனால் லியோன் ட்ரொட்ஸ்கி என்ற ஆளுமைமீது எனக்குள்ள ஈடுபாடு இன்னமும் அப்படியேதானுள்ளது. மார்க்ஸிய இயக்கத்திற்குள் காரல் மார்க்சுக்கு அடுத்தபடியாகத் தோன்றிய இலக்கிய ஆளுமை ட்ரொட்ஸ்கியே என்பார்கள். பிரஞ்சு எழுத்தாளர் ஆந்ரே பிரட்டனும் மெக்ஸிகோ ஓவியர் ரிவேராவும் இணைந்து 1938ல் வெளியிட்ட புகழ்பெற்ற அறிக்கையான சுதந்திரமான புரட்சிகரக் கலையை நோக்கி என்ற அறிக்கைக்குப் பின்னணியிலிருந்தவர் ட்ராட்ஸ்கியே. கலை இலக்கியத்தின் சுதந்திரம் குறித்த அவரின் கருத்துக்களே எனக்கு இப்போதும் வழிகாட்டி.

ஈழத்தில் சாதியில்லை எனத் திரும்பத் திரும்ப பத்மநாபா அய்யர் சொல்வதிருக்கட்டும் எஸ். பொவும் சொல்கிறாரே?

ஈழத்தில் சாதியில்லை என்றால் பத்மநாபன் தன் பெயருக்குப் பின்னால் இன்னமும் எதுவித குற்றவுணர்வுமில்லாமல் போட்டிருக்கும் அய்யர் பட்டத்தையும் இயல் விருதோடு சேர்த்து இவருக்கு ரொரன்டோ பல்கலைக்கழகமா கொடுத்தது? இந்த மாபாவி வெறும் சாதி அபிமானி மட்டுமல்ல அய்ரோப்பிய புலம்பெயர் இலக்கியச்சூழலில் ஆட்காட்டியாக, தலையாட்டியாகவும் இருந்து வருகிறார். மூன்றாவது மனிதன என்றொரு சிற்றிதழ் இலங்கை யிலிருந்து வெளியிடப்படுவதை நீங்கள் அறிந்திருப்பீர்கள்.

அந்த இதழ் சனநாயகத்தையும் கருத்துரிமையையும் முக்கிய கோரிக்கைகளாக முன்னிறுத்தித் தோழர்.எம்.பௌஸரால் நீண்ட காலங்களாகவே வெளியிடப்படுகிறது. கடந்த வருடம் இலண்டனில் நடந்த இலக்கியச் சந்திப்புக்காகத் தோழர்களால் பௌஸரும் அழைக்கப்பட்டிருந்தார். அப்போது இலக்கியச் சந்திப்பு ஏற்பாட்டுக் குழுவில் இடம் பெற்றிருந்த பத்மநாபன் பௌஸரின் வருகையைத் தடுத்து நிறுத்த முயன்றார். எனினும் மற்றைய சந்திப்பு ஏற்பாட்டுத் தோழர்கள் பௌஸரை அழைப்பதில் உறுதியாக நின்றார்கள். உடனே சந்திப்பு ஏற்பாட்டுக் குழுவிலிருந்து விலகிய இந்தத் துட்டப் பார்ப்பனர் பௌஸர் ஒரு இஸ்லாமியப் பயங்கரவாதி அல்கைதாவின் கூலிப்படை என்றெல்லாம் வதந்திகளை உருவாக்கி உலவவிட்டார்.

இந்த வதந்தி புலிகளின் ஆதரவு இணையத்தளங்களிலும் பிரசுரிக்கப்பட்டது. இதனால் பௌஸருக்கு பெருத்த சிரமங்கள்

ஏற்பட்டன. இது குறித்து பௌஸர் வழங்கிய நேர்காணலைத் தோழர்கள் இப்போதும் 'தேனீ' என்ற இணையத்தளத்தில் படிக்கலாம். ஆனால் பத்மநாபனைக் கேட்டால் ஈழத்தில் சாதிமட்டுமா இல்லை முஸ்லீம்கள் மீதான புலிகளின் அடக்குமுறையும் தானில்லை என்றுதான் சொல்வார்.

எஸ். பொ. ஈழத்தில் சாதியில்லை என்று ஒருபோதும் சொல்லியிருக்கமாட்டார். அவர் அண்மையில் எழுதிய தன்வரலாற்று நூலான வரலாற்றில் வாழ்தலில் கூட ஈழத்தின் சாதிக்கொடுமைகளைப் பற்றி விரிவாகவே எழுதியிருக்கிறார். கொம்யூனிஸ்ட் கட்சியின் பொலிட் பீரோ உறுப்பினரான து.வைத்தியலிங்கம் கூடத் தன்னிடம் சாதி பாராட்டியதை அவர் அந்த நூலில் பதிவு செய்திருக்கிறார். ஆனால் புலிகள் தலையெடுத்த பின்பு ஈழத்தில் சாதியொடுக்குமுறைகள் குறைந்திருக்கின்றன என எஸ்.பொ சொல்லியிருக்கக்கூடும்.

இன்று ஈழத்தில் தீண்டாமைக் கொடுமைகள் ஓரளவுக்கு குறைந்திருக்கிறதென்றால் அதைக் குறைத்த பெருமை எஸ்.ரி.என். நாக ரத்தினம், கே.டானியல் போன்றவர்கள் தலைமை தாங்கிய தீண்டாமை ஒழிப்பு வெகுசன இயக்கத்தையே சேரும். புலிகள் உட்பட எல்லாத் தேசிய விடுதலை இயக்கங்களுமே சாதிப்பிரச்சினைகளை கையிலெடுக்கத் தயங்குகிறார்கள். என்றைக்கு அவர்கள் சாதிய ஒழிப்பை முழுவதுமாக உண்மையாக முன்னெடுக்கிறார்களோ அன்று அவர்கள் ஈழத்து வெள்ளாளர்களால் முற்று முழுவதுமாகக் கைவிடப்படுவார்கள் என்பதை அவர்கள் நன்கு உணர்ந்திருக்கிறார்கள்.

சாதியத்தின் வேர்கள் அதன் வரலாற்றுரீதியான இயங்குமுறைமைகள் இந்துப் பண்பாட்டுத் தளத்தில் அதன் அசைக்க முடியாத வலிமை, ஈழத்து ஆதிக்க சாதிகளின் சாதியக் கூட்டுமனம், அரசியல், பொருளியல், பண்பாடு, இலக்கியம் என அனைத்துத் தளங்களிலும் நிறைந்திருக்கும் அதன் ஆதிக்கம் என்பவற்றைச் சிறுபான்மைத் தமிழர் மகாசபை தீண்டாமை ஒழிப்பு வெகுசன இயக்கத்தின் தொடர்ச்சியால்தான் நாம் எதிர்கொள்ள முடியும். சாதிய விடுதலையை மையச் சிந்தனையாக, இலட்சியமாக வரித்துக் கொண்ட தலித்துகளின் தலைமையில் அமைந்த ஓர் அமைப்பால்தான் ஈழப்புலத்திலிருந்து சாதியை ஒழிக்கும் திசையில் நேர்மையுடனும் உறுதியுடனும் செயற்பட முடியும். அதை விடுத்து சாதியத்தை ஒரு பேசு பொருளாகவே கொள்ளாத தமிழ்த் தேசியம்

சாதியத்தை வெற்றிகொள்ளுமென்பது மடமைத்தனம். புத்தராலும் மார்க்ஸியத்தாலும் சாதிக்க முடியாததைக் கேவலம் பாஸிசம் சாதித்துவிடுமென்றா எஸ்.பொ நம்புகிறார்!

தமிழகத்தில் தலித் இலக்கியத்திற்கு முக்கிய இடமொன்று உருவாகியுள்ளது. ஆனால் உங்களால் டானியலை பருமனாக்கிய அளவுக்கு அரசியலாக்க முடியவில்லையே ஏன்?

பதில் மிகவும் எளிமையானது. உங்களுக்கு ஒரு ஜோதிபா பூலேயும் அயோத்திதாஸரும் அம்பேத்கரும் பெரியாரும் இருந்தார்கள். எங்களுக்கென்று யாருமில்லையே.

நாங்கள் கே.டானியலை தலித் இலக்கிய முன்னோடி என்று நிறுவுவதை யார் ஏற்றுக்கொள்கிறார்களோ இல்லையோ டானியல் இப்போது உயிருடன் இருந்தால் அவர் நிச்சயமாக ஏற்றுக்கொண்டிருக்கமாட்டார். டானியல் தனது இறுதிக்காலம் வரை கொம்யூனிஸ்டாகவே வாழ்ந்தவர். அவர் சாதிய ஒழிப்பிற்காகத் தன்னை முற்றுமுழுதாக அர்ப்பணித்துப் போராடிய போதிலும் அவர் கட்சியின் விதிகளுக்கு உட்பட்டே இயங்கவேண்டி யிருந்தது. அவர் அங்கம் வகித்த சீனச் சார்புக் கொம்யூனிஸ்ட் கட்சி ஈழத்துச் சமூக அமைப்பின் பிரதான முரணாகச் சாதியத்தை அடையாளம் காண வில்லை.

தவிரவும் இந்துமத ஒழிப்பையோ தலித்துகள் பவுத்த மதத்தில் இணைவதையோ அவர்கள் ஆதரிக்கவுமில்லை. கட்சியின் தலைமை வெள்ளாளர்களிடமே இருந்ததையும் நாம் கவனிக்க வேண்டும். டானியல் கட்சியில் நிம்மதியாக இருந்தார் என்று சொல்வதற்கில்லை. அவர் நான்கு தடவைகள் கட்சி யிலிருந்து நீக்கப்பட்டிருக்கிறார். இந்த நீக்கங்களை டானியலின் சாதிய விடுதலை முன்னோக்கும் கட்சியின் வர்க்க விடுதலை முன்னோக்கும் இடைவெட்டிக் கொண்ட புள்ளிகளாகத்தான் நாம் கருத வேண்டியிருக்கிறது.

டானியலின் எழுத்துக்களிலிருந்து அவரும் மரபு மார்க்ஸியர்களைப் போலவே சாதியத்தை நிலமானிய சமூக அமைப்பின் விளைவாகவும் சாதி வர்க்கப் புரட்சியுடன்தான் முடிவுக்கு வரும் என்றும் கருதிக் கொண்டிருந்தார் என்றுதான் உணர முடிகிறது. இது சாதியம் புலிகளால்தான் முடிவுக்கு வரும் என்ற கருத்தைக் காட்டிலும் எத்தனையோ மடங்கு மேலானது என்றாலும் இன்றைய தலித் அரசியலுக்குப் பொருந்தாத

பார்வை. இதைத்தான் எங்களிடம் பெரியாரும் அம்பேத்கரும் இருந்திருக்கவில்லை என்று சொன்னேன்.

இங்கேதான் டானியலை அரசியலாக்க முடியாத பிரச்சி னையிருக்கிறது. டானியலும் அவரது தோழர்களும் விட்ட இடத்திலிருந்து நாங்கள் தொடங்கலாமேயொழிய அவர்களின் அரசியலை அடியொற்றிச் செல்வது முடியாத காரியம். இதில் காலக் குழப்பம் எதுவுமில்லை. புத்தரும் அம்பேத்கரும் பெரியாரும் டானியல் காலத்தி லும் தலித் விடுதலை அரசியலுக்கு வழிகாட்டிகளாக ஆசான்களாக இருந்திருக்கிறார்கள். இன்றைய தலித் விடுதலை அரசியலுக்கும் வழிகாட்டிகளாகயிருக்கிறார்கள்.

பின்நவீனத்துவம் அய்ரோப்பியச் சூழலுக்கு பொருந்தும் நமது சூழலுக்குப் பொருந்தாது என இங்குள்ளவர்கள் சொல்கிறார்களே?

பின்நவீனத்துவநிலை என்பது ஒரு தத்துவமோ அரசியல் இயக்கத்தின் வேலைத்திட்டமோ இலக்கியக் கோட்பாடோ கிடையாது. அது அறிதல் முறைகளின் தொகுப்பு.

பின்நவீன அறிதல்முறைகள் தமிழில் அறிமுகப்படுத்தப்பட்டபோது அது மேற்கிலேயே காலாவதியான போக்கு என்று டெர்ரி ஈகிள்டன் போன்றவர்களைச் சான்றாதாரங்களாக நிறுத்தி இங்கு எதிர்ப்புத் தெரிவிக்கப்பட்டது. ஆனால் இன்று மேற்கத்திய அறிவுத்துறையை பின் நவீனத்துவப் பூதம் பிடித்து ஆட்டிக்கொண்டுதானிருக்கிறது. இலக்கிய, அரசியல், மொழியியல் துறைகளில் ஆரம்பித்த பின்நவீனத்துவ ஆய்வு முறைகளின் வீச்சு இன்று பல்கலைக்கழக பாடவிதானங்களிலும் முக்கியத்துவம் பெற்றுவிட்டன. எனவே இப்போது என்னயிருந்தாலும் பின்நவீனத்தவம் நமது சூழலுக்குப் பொருந்தாது என முனக ஆரம்பித்திருக்கிறார்கள்.

நவீனத்துவத்தின் ஒற்றைப்படைத்தன்மை, பன்மைகளின் நிராகரிப்புகளுக்கு எதிராகக் கேள்விகளை உற்பத்தி செய்து கொண்டேயிருக்கும் ஓர் அறிதல் முறைமை நமது சூழலுக்குத் தேவையில்லை என்று சொல்வதில் ஏதாவது அறிவு நாணயம் இருக்க முடியுமா? பின்நவீனத்துவம் அறிதல் முறைகளின் தொகுப்பு என்பதை மீறி பின்நவீனத்துவம் ஒரு விடுதலை மார்க்கம் விடுதலை அரசியல் வேலைத்திட்டம், எல்லா ஒடுக்குமுறைகளுக்கு மான தீர்வென்றெல்லாம் யாரும் சொல்லவில்லையே. பின்நவீனத்துவம் கடவுளுமல்ல அபினுமல்ல.

சமீபகாலமாய் பெண் எழுத்துக்கள் குறித்து ஆபாசம் விளம்பரம் தேடுகின்ற உத்தி என்றெல்லாம் பேசப்படுகின்றதே சக படைப்பாளியாய் நீங்கள் என்ன நினைக்கிறீர்கள்?

இன்னும் எத்தனை காலத்திற்குத்தான் எத்தனை நேர் காணல்களில் எத்தனை பத்திரிகைகளில்தான் இந்தத் தேய்ந்து போன கேள்வியையே கேட்டுக் கொண்டிருக்கப் போகிறீர்கள்? நானே பத்திரிகைகளில் மூன்றாவதோ நான்காவதோ தடவையாக இந்தக் கேள்விக்குப் பதில் சொல்கிறேன். ஆபாசம் விளம்பரம் தேடும் உத்தியென்றெல்லாம் எவன் சொன்னான்? அப்துல் ரகுமான், சிநேகிதன், பழனிபாரதி, பொன்னீலன் போன்றவர்களின் உளறல்களுக்கெல்லாம் இன்றைய நவீன இலக்கிய விமர்சனப் பரப்பில் ஏதாவது மதிப்பிருக்கிறதா?

சில வருடங்களுக்கு முன்பு பெண்ணிய எழுத்துகள் குறித்து எனக்கு ஒரு விமர்சனமிருந்தது. அவர்களில் ஓரிருவரைத் தவிர மற்றவர்கள் உடலரசியல், காதல், குடும்ப மதிப்பீடுகளைத் தாண்டிச் செல்ல மறுக்கிறார் கள் என்ற கருத்தை ஒரு நேர்காணலில் கூட நான் சொல்லியிருந்தேன். ஆனால் இன்று 'அணங்கு', 'பனிக்குடம்' போன்ற இதழ்களையும் .. போன்ற இணையங்களையும் படித்துப்பாருங்கள். பெண்ணிய அரசியல் உடல் அரசியல் என்பவற்றோடு மட்டும் நின்றுவிடாமல் அவர்கள் பரந்துபட்ட அரசியல், இலக்கிய கருத்துகளையும் விவாதங்களையும் முன்னெடுக்கிறார்கள்.

புனைவு, அபுனைவு, நாடகம் ஆவணப் படங்கள், நேரடி அரசியல் என அவர்கள் ஆர்த்தெழுந்திருக்கும் இந்தக் காலகட்டம் தமிழில் பெண்ணிய வெளிப்பாடுகளின் திருப்புமுனைக் காலகட்டம் என்றே நான் கருதுகிறேன். குறிப்பாக இவர்களுக்குப் பார்ப்பன சாதிப் பின்புலம் கிடையாது. உண்மையில் இவர்கள் தங்கள் தலைமுறையைச் சார்ந்த ஆண் எழுத்தாளர்களை விடத் தீவிரமாக இயங்குகிறார்கள். விவாதங்களைத் துணிச்சலுடன் எதிர்கொள்கிறார்கள்.

சுகிர்தராணியும் மாலதி மைத்ரியும் பேசுகின்ற அரசியல் முக்கியமானது என்பதில் கருத்து வேறுபாடில்லை. ஆனால் காலச்சுவட்டோடு அவர்கள் நின்று பேசுவதை எப்படிப் பார்க்கிறீர்கள்?

நான் இந்தத் தடவை தமிழ்நாட்டிற்கு வந்ததிலிருந்து பார்க்கிறேன் என்ன யாரைப் பார்த்தாலும் காலச்சுவடு பூச்சாண்டியே காட்டிக்

கொண்டிருக்கிறீர்கள்? நாங்கள் எல்லோரும் கூண்டோடு அச்சப்படுமளவிற்கு அது என்ன சிறப்பு அதிரடிப்படையின் ஆயுத முகாமா? அது மாதத்திற்கு அய்யாயிரமோ பத்தாயிரமோ விற்கும் ஓர் பத்திரிகை! காலச்சுவடு பெரியாரைக் கொச்சைப்படுத்தியது. தொடர்ந்து இஸ்லாமியர்களுக்கு எதிரான கருத்துக்களைப் பரப்பும் களமாய் இருக்கிறது.

அது சுந்தரராமசாமியின் காலந்தொட்டே இடதுசாரி எதிர்ப்பைக் கடைப்பிடிக்கிறது. பார்ப்பன சங்கத்தின் விளம்பரங்களை வெளியிடுகிறது. சமயத்தில் ஒரு மது விலக்குப் பிரச்சாரப் பத்திரிகை போல எழுதுகிறது என்றெல்லாம் எனக்கு நீண்டகாலமாகவே காலச்சுவட்டின் மீது கடும் விமர்சனங்களிருக்கின்றனவே தவிர இதில் பதற்றப்படுவதிற்கு எதுவுமிருப்பதாக எனக்குத் தெரியவில்லை. காட்டில் துட்ட மிருகங்கள் ஆயிரமிருந்தாலும் பூனைக்கு எலிதான் எதிரி என்பது மாதிரியிருக்கிறது உங்களின் காலச்சுவடு மீதான அணுகுமுறை.

பெரியாரிய, இஸ்லாமிய, இடதுசாரி எதிர்ப்பு என்பதெல்லாம் குட்டி பிஜேபி நிலைப்பாடுதான். இப்படியான அதிவலதுசாரிப் பத்திரிகையோடு கலகப் பிரதிகளையும் இந்துத்துவ எதிர்ப்புப் பிரதிகளையும் எழுதுவதாகச் சொல்பவர்களால் எப்படி இணைந்திருக்க முடியும்?

உங்கள் கொள்கைப்பற்று வரவேற்கத்தக்கது என்றாலும் கூட நீங்கள் தமிழ் இதழியல் பதிப்புச் சூழல்களையும் புரிந்துகொள்ள வேண்டும். இங்கே மிகச்சில மூத்த எழுத்தாளர்களையும் மு.க.கனிமொழியையும் தவிர்த்து மற்றவர்களுக்கான பிரசுர வாய்ப்புக்கள் இன்னும் சிக்கலாகத்தானிருக்கின்றன. நமது தோழமைக்குரிய எல்லா எழுத்தாளர்களும் நானும்கூட குமுதம் விகடன் குமும இதழ்களில் எழுதிக்கொண்டுதானிருக்கிறோம்.

எழுதுவதற்கான வாய்ப்புகளைப் பயன்படுத்தி நமது கருத்துக் களைச் சமரசமில்லாமல் சொல்வதென்பது வேறு வாய்ப்புகளுக்காகவே சமரசம் செய்துகொண்டு வாய்ப்பளிப்பவர்களின் அல்லக்கைககளாகச் செயற்படுவதென்பது வேறு. அல்லக்கைகளை விட்டுவிடுவோம். காலச்சுவட்டில் எழுதிக்கொண்டிருக்கும் மாலதியும் சுகிர்தராணியும் பேசுகின்ற அரசியல் முக்கியமானது என்பதில் நீங்களும் உடன்படுகிறீர்கள். காலச்சுவட்டுக்காக அவர்கள் தங்கள் அரசியல் நிலைப்பாடுகளிலிருந்து இறங்கி வரவில்லை.

இலக்கியத்தைப் பொருட்படுத்தாத தமிழ்க் கூட்டு மனநிலையைக் கருத்தில் வைத்துத்தான் நாம் தனி எழுத்தாளர்களை மதிப்பீடு செய்ய முடியும். இந்த இலக்கிய மறுப்புச் சமூகப் படுகுழியிலிருந்து அரவத்தையோ அல்லது கயிற்றரவையோ பிடித்துத்தான் ஏற வேண்டியிருக்கிறது.

புலம்பெயர்ச் சூழலில் பெண் படைப்பாளிகள் பெரிதாக உருவாகாத காரணங்கள் என்ன?

அப்படிச் சொல்லிவிட முடியாது. அய்ந்தரைக் கோடித் தமிழர்கள் வாழும் தமிழ்நாட்டிலிருந்து எத்தனை பெண் படைப்பாளிகள் உருவாகியிருக்கிறார்கள்? மாமிகளைக் கழித்துவிட்டுப் பார்த்தால் கவனிக்கத்தக்கப் பெண் எழுத்தாளர்களாக ஒரு இருபது பேர்கள் இருப்பார்களா? அப்படிப் பார்த்தால் அய்ந்து இலட்சத்திற்கும் குறைவாகயிருக்கும் புலம் பெயர்ந்த எங்களிடையேயிருந்தும் ஆழியாள், பிரதிபா தில்லைநாதன், நிரூபா, ரஞ்சினியென்று நான்கு பேர் உருவாகித்தானேயிருக்கிறார்கள். பெண் படைப்பாளிகளென்றில்லை புகலிடத்தில் ஆண் படைப்பாளிகளை எடுத்துக் கொண்டாலும் அவர்களிலும் கவனிக்கத்தக்க எழுத்தாளர்களாக நான்குபேர்தானேயிருக்கிறார்கள். இதற்கு மேலும் குறிப்பிடக்கூடிய படைப்பாளிகள் உருவாகாததற்கும் வலுவான காரணங்கள் இருக்கின்றன.

புகலிடச் சூழலில் தமிழர்கள் செறிவற்று வாழ்வதால் தொடர்ச்சியான இலக்கிய உரையாடல்களை நடத்துவதற்கும் படைப்பு மனநிலையைத் தக்க வைத்திருப்பதற்குமான வாய்ப்புகள் குறைவு. புகலிடப் படைப்பாளிகளில் யாருமே கல்வித்துறை சார்ந்தவர்களல்ல. சீவியத்திற்காக இரவுபகலாக வேறு துறைகளில் உழைத்துக்கொண்டு இலக்கிய வாசிப்புக்கும் இலக் கியப் பயிற்சிக்கும் நேரம் ஒதுக்குவதும் கடினம். இதைத் தவிர நேரடியான அரசியல் வேலைகளிலும் புனர் வாழ்வுப் பணிகளிலும் அவர்கள் தங்களது நேரத்தில் பெரும்பகுதியைச் செலவழிக்கிறார்கள்.

இவை எல்லாவற்றிற்கும் மேலாக புகலிட எழுத்தாளர்கள் தொடர்ச்சியான கண்காணிப்புக்குள் இருக்கிறார்கள். எழுதுவதாலும் பத்திரிகைகள் வெளியிட்டதாலும் புகலிட எழுத்தாளர்கள் பலதடவைகள் புலிகளால் தாக்கப்பட்டிருக்கிறார்கள். 'தொழிலாளர் பாதை' பத்திரிகையை விற்ற தோழர்கள் பாரிஸ் வீதிகளில் வைத்துப்

புலிகளால் இரண்டு தடவைகள் தாக்கப்பட்டார்கள். 'மனிதம்', 'தாயகம்' போன்ற பல பத்திரிகைகள் புலிக் குண்டர்களால் மிரட்டப்பட்டிருக்கின்றன. இவ்வளவு பிரத்தியேகமான சிக்கல்களையும் எதிர்கொண்டுதான் புகலிடத்திலிருந்து எழுத வேண்டியிருக்கிறது.

கருணையால் உலகு தழுவிய பவுத்தம் இலங்கையில் இனவாதத்திற்குப் பலியாகிவிட்டது தானே?

ஒருபோதுமில்லை. இன்று இத்தனை வருட யுத்தத்திற்குப் பின்னும் சிங்களவர்களின் பகுதியான கொழும்பிலும் ஏனைய நகரங்களிலும் தமிழர்கள் ஆபத்தில்லாமல் வாழ்கிறார்கள், தொழில் செய்கிறார்கள், கல்வி கற்கிறார்களென்றால் பெரும்பாலான பவுத்தர்கள் இனவாதிகள் இல்லையென்றுதானே அர்த்தம். ஆனால் புலிகளின் கட்டுப்பாட்டுப் பகுதிகளில் நுழையும் ஒரு சிங்களவர் உயிரோடு திரும்பிச் செல்ல முடியாதே. அரசும் அரசியலதிகாரத்தைச் சுவைக்கத் துடிக்கும் மதத்தலைவர்களும் சிங்கள மக்களைப் பவுத்தத்தின் பெயரால் சிறுபான்மை இனங்களுக்கு எதிராக அணி திரட்டப் பலவருடங்களாகவே முயன்றுவருவது உண்மைதான்.

ஆனால் எப்படிப் பரந்துபட்ட தமிழ் மக்கள் இந்த யுத்தத்தை விரும்பவில்லையோ அது போலவே சிங்கள மக்களும் இந்த யுத்தத்தை வெறுக்கிறார்கள். தமிழ்த் தேசிய சிங்கள இனவாத சக்திகளின் தடுப்பரண்களையும் மீறி சுனாமி அனர்த்தத்தின் போது அந்த மக்கள் ஒருவர் மீதான மற்றவரின் வாஞ்சையை மறுபடியும் நிரூபித்துக் காட்டினார்கள். சுனாமி நிவாரண நிதியாகக் கிடைத்த வெளிநாட்டுப் பணத்தை எப்படிக் கொள்ளையடிப்பது என்று அரசும் புலிகளும் சண்டையிட்டுக் கொண்டிருந்தபோது சத்தமேயில்லாமல் பாதிக்கப்பட்ட தமிழ் முஸ்லீம் மக்களுக்குச் சிங்கள மக்கள் உதவிகளை வழங்கிக்கொண்டிருந்தார்கள்.

சுதந்திரம் சமத்துவம் சகோதரத்துவம் என்கின்ற கருத்தாக்கத்தை உலகுக்கு வழங்கிய பிரான்ஸிலிருந்து பேசுகிறீர்கள். பிரான்ஸ் ஈழத் தமிழர்களை கருப்பர்களை இஸ்லாமியர்களை எப்படி நடத்துகின்றது?

பல நூற்றாண்டுகளுக்கு முன்னமே நமது கணியன் பூங்குன்றனார் 'யாதும் ஊரே யாவரும் கேளிர்' என்றார். நமக்குப் பிரஞ்சுக்காரர்கள் கேளிர்தான். ஆனால் நாம் பிரஞ்சுக்காரர்களுக்குக் கேளிரா என்பதுதான் பிரச்சினையே! மூன்றாம் உலகநாடுகளில் வெள்ளையர்கள் கொலனி பிடித்துக்

கொள்ளையடிக்கும்வரை கொள்ளையடித்து, ஒட்ட உறிஞ் சிவிட்டு வெளியேறியபோது உருவாக்கி வைத்துவிட்டு வந்த தேசிய இனச்சிக்கல்களாலும், இனக்குழு மோதல்களாலும், வெள்ளையர்கள் தங்கள் ஆயுத வணிகத்திற்காக மூன்றாம் உலகநாடுகளில் யுத்தபிரபுக்களை உருவாக்கிவிட்டதாலும் போர்களால் நாடிழந்து வீடிழந்து ஏதிலிகளாகத் தஞ்சம்கோரி ஓடி வரும் மூன்றாம் உலக மக்களை வரவேற்பதற்காக அய்ரோப்பிய அரசுகள் தமது எல்லைகளில் யாதும் ஊரே யாவரும் கேளிர் என்று வரவேற்பு வளைவுகளை வைத்திருப்பதில்லை.

அவர்கள் எல்லைகளில் கொழுத்த வேட்டை நாய்களையும் இனவெறி பிடித்த பொலிஸ் குண்டர்களையும்தான் வைத்திருக்கிறார்கள். அய்ரோப் பாவின் எல்லைகளுக்குள் நுழைய முற்படும் ஈழ இஸ்லாமிய கறுப்பு சீன அகதிகள் நாள்தோறுமே கிழக்கு அய்ரோப்பாவின் பனிப்பாலைகளில் நடந்து வருகையில் விரைத்தும் போலந்தின் ஆறுகளில் மூழ்கியும் இறக்கிறார்கள். அத்திலாந்து சமுத்திரத்தில் படகுகளோடு ஜலசமாதி அடைகிறார்கள். மீறியும் மேற்கு அய்ரோப்பிய எல்லைகளைத் தொடுபவர்களில் கணிசமானோர் உடனடியாகவே அவர்களின் சொந்த நாடுகளுக்குக் கொலைக்களங்களுக்கு கட்டாயமாகத் திருப்பி அனுப்பப்படுகிறார்கள்.

அய்ரோப்பாவில் அகதிகளை வரவேற்பதற்கான சட்டமான 25 1952 அகதிச் சட்டம் நிறைவேற்றப்படும்போது அய்ரோப்பாவின் சமூக, பொருளியல் நிலைமைகள் வேறுமாதிரியிருந்தன. அது அய்ரோப்பிய முதலாளியத்தின் செழுமைக் காலமாயிருந்தது. அய்ரோப்பிய மூலதனத்துக்குப் பெருமளவிலான கூலிகள் தேவைப்பட்ட காலமது. தவிரவும் நடந்து முடிந்திருந்த இரண்டாம் உலகப்போரின் வடுவும், அப்போதைய சோவியத் யூனியனிலிருந்தும் கிழக்கு அய்ரோப்பிய நாடுகளிலிருந்தும் வெளியேறிய முதலாளியச் சாய்வுச் சிந்தனையாளர்களுக்கும் கலைஞர்களுக்கும் ஸ்டாலினிஸ எதிர்ப்பாளர்களுக்கும் புகலிடம் கொடுத்து அவர்கள் மூலம் கொம்யூனிஸ எதிர்ப்பைப் பரப்புரை செய்வதும் ஜெனிவா அகதிச் சட்டம் நிறைவேற்றப்பட்டதற்கான மற்றைய காரணங்கள்.

இந்த மூன்று காரணிகளும் இன்றைய அய்ரோப்பியச் சமூக, பொருளியல் சூழல்களில் பெருமளவு அர்த்தமற்றுப் போய்விட்டன. 1980களில் தொழிற்துறையில் நிகழந்த தகவல்

தொழில்நுட்பப் புரட்சியுடன் அய்ரோப்பிய முதலாளியம் அபரிமித உற்பத்தி நெருக்கடிக்குள் மறுபடியும் ஒருமுறை சிக்கிக்கொண்டது. பல்கிப் பெருகிய உற்பத்தி சக்திகளால் முதலாளிய சந்தையில் கடும் போட்டிகள் உருவானதால் மலிவு விலையில் உற்பத்திப் பொருட்களை வழங்கும் நிறுவனங்களே சந்தைப்போட்டியில் வெற்றியடையும் நிலையுருவாகியது. இந்தச் சிக்கலிலிருந்து தப்பிப்பதற்காக மலிவான கூலித்தொழிலாளர்கள் நிறைந்திருக்கும், தொழிற்சங்க உரிமைகள் வலுவற்றிருக்கும் மூன்றாம் உலக நாடுகளை நோக்கி உலக முதலாளியம் மூலதனங்களையும் தொழிற்சாலைகளையும் நகர்த்தியது. இப்போது 'கோகோ கோலா'வும், 'நைக்'க்கும் இந்தோனேசியாவிலும் இந்தியாவிலும் கொடி கட்டிப் பறக்கின்றன.

மேற்குநாடுகளில் தொழிற்சாலைகள் பெருமளவு மூடப்பட்டதாலும் ஆட்குறைப்பாலும் அய்ரோப்பியத் தொழிலாளர்களுக்கு வேலை பறந்தது. இன்று பிரான்ஸில் வேலையில்லாதோரின் தொகை 12 விழுக் காடாயிருக்க, அய்ரோப்பிய யூனியனில் வேலையில்லாத இளைஞர்கள் தொகையின் சராசரி 15 விழுக்காடாயிருக்க அய்ரோப்பிய அரசுகள் தமது கதவுகளை அகதிகளுக்கு இறுக மூடிக்கொள்கின்றன. இப்போது அய்ரோப்பிய முதலாளியத்திற்கு மூன்றாம் உலக நாடுகளிலிலிருந்து மூன்றாம் உலக மக்களின் வரிப்பணத்தில் கல்வி கற்று முடித்த விஞ்ஞானிகளும் மருத்துவர்களும் கணினி நிபுணர்களும்தான் தேவையே யொழிய அகதிகள் என்ற சிறப்புப் பெயரில் அழைக்கப்படும் கூலித் தொழிலாளர்கள் தேவையில்லை.

இன்று பிரான்ஸில் மட்டும் மூன்று லட்சம் நிராகரிக்கப்பட்ட அகதிகள் 'சான் பப்பியே' என்ற பரிதாபத்துக்குரிய அடையாளத்தோடு வதிவிட உரிமை, மருத்துவ உதவி, வேலை செய்வதற்கான உரிமை, சமூகநல உதவிகள் எதுவுமற்றுத் திருடர்கள் போல வாழ்ந்து துன்பத்தில் உழன்று கொண்டிருக்கிறார்கள். அரசியல் அகதிகளைப் புதிதாக ஏற்றுக் கொள்ள பிரான்ஸ் மறுப்பதற்கு இன்னொரு புனிதக் காரணமும் உள்ளது. பிரான்சுக்கு அகதிகளாக வருபவர்களில் பெரும்பாலானோர் முசுலீம்களே. இவர்கள் ஆப்கானிஸ்தான், ஈரான், ஈராக், சூடான், நைஜீரியா, செனகல், மாலி, அல்ஜீரியா, துனிசியா, மொராக்கோ, துருக்கி, பாகிஸ்தான், வங்காளதேசம் மற்றும் கிழக்கு அய்ரோப்பிய நாடுகளிலிருந்து வருகிறார்கள்.

ஏற்கனவே கூலித்தொழிலாளர்களாக வட ஆப்பிரிக்காவிலிருந்து அழைத்து வரப்பட்டு இரண்டு மூன்று தலைமுறைகளாக பிரான்ஸிலேயே தங்கிவிட்ட முசுலீம்களோடு கடந்த இருபது ஆண்டுகளில் அகதிகளாகப் பிரான்சுக்கு வந்து சேர்ந்த முசுலீம் மக்களும் சேர்ந்தபோது பிரான்ஸின் இரண்டாவது பெரிய மதமாக இஸ்லாம் மாறிவிட்டது. பிரான்ஸில் இஸ்லாமியர்கள் குறிப்பிடத்தக்க அரசியல் சக்திகளாக மாறிக் கொண்டிருக்கிறார்கள். பொறுக்குமா சிலுவைப் போராளிகளின் வாரிசுகளுக்கு? அவர்கள் அகதிகளுக்கு மூடிய கதவுகளில் முசுலீம்களின் பெயரால் ஒருபெரிய பூட்டையும் இப்போது தொங்க விட்டிருக்கிறார்கள்.

எதிர்வரும் அதிபர் தேர்தலில் இன்றைய ஆளும் கட்சியான யூ.எம்.பி.யின் வேட்பாளராக நிறுத்தப்பட்டிருக்கும் இன்றைய உள்துறை அமைச்சரான சாக்கோஸியின் குரல் ஒரு நியோ நாஸியின் குரல் போலவே ஒலித்துக் கொண்டிருக்கிறது. அவர் பிரான்ஸின் முதன்மையானதும் உடனடியானதுமான பிரச்சினையாக குடியேற்ற வாசிகளையும் அகதிகளையும்தான் குறிப்பிடுகிறார். சென்ற அதிபர் தேர்தலில் இடதுசாரி வேட்பாளர் லியனல் ஜோஸ்பனை முந்திக்கொண்டு இரண்டாவது இடத்தைப் பிடித்தவர் பச்சை இனவாதியான லூ பென். லூ பென்னின் பெருகிவரும் செல்வாக்கும் சாக்கோஸி போன்றவர்கள் நாட்டின் அதிஉயர் பீடத்தில் அமருவதும் நம்மை நெருங்கிவரும் அபாயங்களை அறிவித்துக் கொண்டிருக்கின்றன.

சுதந்திரம், சமத்துவம், சகோதரத்துவம் என்று முழங்கியபடியேதான் இவர்கள் வியட்நாமிலும் அல்ஜீரியாவிலும் வகைதொகையில்லாத கூட்டுப் படுகொலைகளை நடத்தி முடித்தார்கள். சுதந்திரம், சமத்துவம், சகோதரத்துவம் என்று சொல்லியபடியேதான் கடல் கடந்த மாகாணங்கள் என்ற பெயரில் நான்கு நாடுகளையும் பதினொரு தீவுகளையும் இன்றுவரை பிரஞ்சுக் கொலனிகளாக வைத்து சுரண்டிக்கொண்டிருக்கிறார்கள். இவர்கள் பேசும் சுதந்திரம், சமத்துவம், சகோதரத்துவம் என்பதெல்லாம் அய்ரோப்பியர்களுக்கு மட்டும்தான். “ஓர் அய்ரோப்பியனைக் கொல்வது ஒரே கல்லில் இரு பறவைகளைக் கொல்வதாகும். அது ஒடுக்குபவனையும் அவனால் ஒடுக்கப்படுபவனையும் ஒரே சமயத்தில் ஒழித்துக்கட்டுவதாகும்: அங்கே கிடப்பது ஒரு பிணம் அங்கே இருப்பது ஒரு சுதந்திர மனிதன்” என்று சார்த்தர் சும்மாவா சொன்னார்?

பார்ப்பனர்களே இல்லாத ஈழம் – புலம்பெயர் சூழலிலிருந்து எழுதிக்கொண்டிருக்கும் நீங்கள் பார்ப்பன எதிர்ப்பை முன் வைத்துப் பேசுவதற்கான முகாந்திரங்கள் என்ன?

சிங்களவர்களையே கண்ணால் பார்த்திராத நீங்களெல்லோரும் சிங்கள எதிர்ப்புப் பேசுகிறீர்களே அதுபோல் நான் நிச்சயமாகப் பேசவில்லை. ஈழத்துச் சூழல் பார்ப்பனர்களே இல்லாத சூழல் என்று சொல்வது சரியாகாது. அவர்கள் அற்பசொற்ப தொகையிலிருந்தாலும் அவர்களின் வாழ்க்கைமுறை பார்ப்பனிய வாழ்க்கை முறையாகவேயிருக்கிறது. அவர்கள் பார்ப்பனர்களாகத்தான் வாழ்கிறார்கள். இன்றும் பார்ப்பனர்கள் ஈழத்தில் முற்று முழுவதுமாகத் தீண்டாமையைக் கடைபிடிக்கிறார்கள். அவர்கள் அரசியலிலும் பொருளியலிலும் நேரடி ஆதிக்கசக்திகள் இல்லைதான். ஆனால் இந்துப் பண்பாட்டுத்தளத்தில் அவர்கள்தான் உச்சத்திலிருக்கிறார்கள். பார்ப்பனியம் என்பது வெறுமனே சாதியடுக்கில் உச்சத்திலிருப்பது மட்டுமல்ல சாதியத்தை வடிவமைத்துக் காத்து வருவதும் அதுதான் என்ற புரிதல் எனக்கிருக்கிறது.

இன்னொரு முக்கியமான விசயமுமிருக்கிறது. இந்திய ஆளும்வர்க்கம் ஈழத்தமிழர்களின் பிரச்சனையையை தனது நலன்களது நோக்கிலேயே ஆரம்பம் முதலே அணுகிவருகிறது. அது அதற்காக அமைதிப்படையின் காலத்திலே எங்கள் மக்களை ஆயிரக்கணக்கில் கொன்றொழித்தது. சிறுமிகளையும் பெண்களையும் பாலியல் சித்திரவதைகள் செய்து புதைத்தது. ஆயிரக்கணக்கான இளைஞர்களை அங்கயீனம் செய்தது. இந்திய ஆளும் வர்க்கம் என்பது யார்? இந்திய அரசின் பொரும்பாலான உயரதிகாரிகளும் படைத்தளபதிகளும் இந்திய அரசின் கொடுமைகளை இன்றுவரை நியாயப்படுத்திக்கொண்டிருக்கும் ஊடகச் செல்வாக்குமிக்கவர்களான இந்து ராம் போன்றவர்களும் யார்? அவர்கள் பார்ப்பன பனியா நலன்களை மட்டும் கருத்திலே கொண்ட சாதிப்பற்றாளர்கள் சனநாயக விரோதிகள். இந்தியப் பார்ப்பனர்களின் அதிகார விருப்புகளும் ஆதிக்க எல்லைகளும் இந்தியாவுடன் மட்டும் நின்று விடுவதில்லை. அது ஈழம் வரைக்கும் தனது விஷ நாவை எறிந்துதான் வைத்திருக்கிறது. அது அரசியலில் என்றாலும் சரி! பண்பாட்டில் என்றாலும் சரி! இலக்கியத்தில் என்றாலும் சரி!

போர் இன்னும் ஓயவில்லை 71

சிறுபத்திரிகைகளின் காலம் முடிந்து விட்டதென அசோகமித்திரன் சொல்கின்றாரே?

அவர் அதை மட்டுமா சொன்னார்? சங்கராச்சாரியார் மீது விசாரணை தொடங்கு முன்னமே பத்திரிகைகள் சங்காரிச்சாரியரைக் கொச்சைப்படுத்திவிட்டன என்றார். தமிழகத்தில் பார்ப்பனர்களின் நிலைமை நாஸிகளின் கைகளில் அகப்பட்ட யூதர்களைப் போலாகிவிட்டது எனச் சொன்னார். சிறுபத்திரிகையொன்று நடத்துவதற்காக அவரின் வீடேறிக் கதை கேட்கப்போன தோழர்களை பார்ப்பனர்களைத் திட்டத்தானே பத்திரிகை தொடங்குகிறீர்கள் எனத் திட்டித் துரத்திவிட்டார். இப்போது சிறுபத்திரிகைகளின் காலம் முடிந்து விட்டதெனச் சாபமிட்டிருக்கின்றார். அசோகமித்திரனுக்கு மட்டுமல்ல தமிழக ஈழத்து ஆதிக்கசாதி எழுத்தாளர்கள் பலருக்கு எண்பதுகளிற்குப் பிந்திய சிறுபத்திரிகைகளின் போக்குகள் உவப்பில்லாமல்தான் போய்விட்டன.

அமைப்பியல்வாதம், பின்நவீனத்துவம் போன்ற புதிய சிந்தனை முறைமைகளும் அவை சார்ந்த கலை இலக்கிய வெளிப்பாடுகளும் விமர்சன மரபுகளும் ஒரு பேரலையெனத் தமிழ் இலக்கியப் பரப்பிற்குள் நுழைந்து அதுவரையிருந்த இலக்கிய பீடங்களையும் ரசிகமணி விமர்சகர்களையும் கவிழ்த்துப் போட்டதை அவர்களால் பொறுத்துக்கொள்ளவே முடியவில்லை. "கண்டதையும் தின்றுவிட்டு வாலைத் தூக்கிக் கழிக்கும் மிருகங்கள்" என்றார் சுந்தர ராமசாமி. 'சமூக விரோத எழுத்துகள்' என்றார் யமுனா ராஜேந்திரன். கொஞ்சம் புத்திசாலிகளான ஆதிக்கசாதி விமர்சகர்கள் இவர்களுடைய எழுத்துகள் புரிவதேயில்லை என்றார்கள். இப்படி இவர்களால் அழுக்காறு கொள்ள முடிந்ததே தவிர இவர்களால் இந்தப் புதிய சிந்தனைகளைக் கோட்பாட்டுத் தளத்திலோ புனைவுத் தளத்திலோ எதிர்கொள்ள முடியவில்லை.

முக்கியமாக இந்தப் புதிய சிந்தனைமுறைமைகள் குறித்த அறிமுகங்களும் ஆக்கப்பூர்வமான உரையாடல்களும் பார்ப்பனர்கள் அல்லாதவர்களால் நடத்தப்பட்ட சிறு பத்திரிகைகளில்தான் முழுவதுமாக முன்னெடுக்கப்பட்டன. இந்தப் புதிய சிந்தனைமுறைகளும் கோட்பாடுகளும் இலக்கியத்தளத்தில் தலித், பெண்ணிய, விளிம்பு நிலை மனிதர்களின் பிரதிகளை முன்னிறுத்த தலித், பெண்ணிய, விளிம்புநிலைப் பிரதிகள்

நவீன தமிழ் இலக்கியத்தின் முக்கிய பேசுபொருட்களாயின. புதிய புதிய எழுத்தாளர்கள் பல்வேறு நிலப்பகுதிகளிலிருந்தும் சிறப்பான இலக்கியப் பிரதிகளை எழுதத் தொடங்கினார்கள். பார்ப்பன எழுத்தாளர்களின் பீடங்கள் ஆட்டங் காணத் தொடங்கின. எண்பதுகளுக்குப் பிந்திய சிறுபத்திரிகை இயக்கத்தில் அவர்களுக்கு இடமேதுமில்லை. இந்த வயிற்றெரிச்சலோடுதான் அசோகமித்திரன் சிறு பத்திரிகைகளின் காலம் முடிந்து விட்டது என்கிறார். பொறுத்திருந்து பாருங்கள் அசோகமித்திரன் போன்றவர்கள் தமிழ் இலக்கியத்தின் காலம் முடிந்துவிட்டது என்றும் விரைவில் சாபமிடுவார்கள்.

ஒரு இலக்கியவாதியாகவும் செயல்பாட்டாளராகவும் இருக்கும் தங்களுக்கு பிரான்சின் மீதான விமர்சனங்களை எழுதியோ பேசியோ வெளிப் படுத்திவிடுகிறீர்கள். புலம்பெயர்ந்து பிரான்சில் அடைக்கலம் கண்டுள்ள மற்றவர்கள் இவ்விமர்சனங்களை எவ்வாறு வெளிப்படுத்திக் கொள்கிறார்கள்? அப்படி வெளிப்படுத்திக் கொள்வதற்கான சுதந்திரம் அங்கிருக்கிறதா?

முதலாளிய அமைப்புமுறையை நடத்திச் செல்வதற்கு அவசியமான அளவிற்குப் பிரான்ஸின் ஆட்சியாளர்கள் முதலாளிய சனநாயகத்தை அனுமதித்திருக்கிறார்கள். அகதிகளுக்கான அமைப்புகளும் வதிவிட அனுமதி நிராகரிக்கப்பட்டவர்களுக்கான சங்கங்களும் போர் எதிர்ப்பு இயக்கங்களும் G நாடுகளுக்கான எதிர்ப்பு இயக்கங்களும் பிரான்ஸில் இயங்கிக் கொண்டிருக்கின்றன. இவர்களின் போராட்டங்களை இந்தியப் பொதுவுடமைக் கட்சிகளின் தொழிற்சங்கங்களின் போராட்ட வடிவங்களோடு நாம் ஒப்பிட்டுச் சொல்லலாம். அந்த ரேஞ்சுக்கு மேல் எதுவுமில்லை. சொல்லப்போனால் இந்தியாவில் பொதுவுடமை இயக்கங்களாவது அற்ப சொற்ப வெற்றிகளைச் சாதிக்கின்றன. பிரான்ஸிலோ ஒரு மாலைநேர ஒன்றுகூடல், மத்தியதர வர்க்க இளைஞர்களின் சாகசம் என்பவற்றை மீறிப் போராட்டங்கள் வெகுசனங்களின் கவனயீர்ப்பையோ குறிப்பிடத்தகுந்த வெற்றிகளையோ அண்மைக்காலங்களில் பெறுவதில்லை.

ஈராக்கின் மீதான அமெரிக்காவின் யுத்தம் குறித்தோ சதாம் உசேனின் படுகொலை குறித்தோ 'ப்ச்' என்ற இதழ் வெடிப்பைத் தாண்டி இன்னொரு சத்தம் பிரான்ஸிலிருந்து எழவில்லை. எங்காவது அறிவுத்துறையினர் மத்தியிலிருந்தோ பல்கலைக் கழகங்களின் மண்டபங்களிலிருந்தோ ஏதாவது ஈனசுரம்

எழுந்திருக்கலாம். ஆனால் அது என் காதுகளிலோ அல்லது பாரிஸ் தெருக்களிலோ சதுக்கங்களிலோ விழவில்லை. 2005 ஒக்பரில் இரண்டு வடஆபிரிக்க இளைஞர்கள் பொலிஸாரால் துரத்தப்படும்போது மின்மாற்றியில் சிக்கி உயிரிழந்தபோது கறுப்பின இளைஞர்களாலும் அரபு இளைஞர்களாலும் முன்னெடுக்கப்பட்ட தன்னெழுச்சியான அரச எதிர்ப்புப் போராட்டத்தின்போது அரசு கடுமையான அடக்குமுறைகளை ஏவியது. போராட்டக்காரர்கள் ஒளிந்திருப்பதாகக் கூறிக் காவற்துறை ஒரு பள்ளிவாசலுக்குள் புகுந்து கண்ணீர்ப்புகைக் குண்டுகளை வீசியது.

மூவாயிரத்துக்கும் மேலான இளைஞர்கள் கைதுசெய்யப்பட்டனர். குற்றவாளிகள் எனக் கருதப்பட்டவர்களை நாடு கடத்துவதற்குச் சிறப்புச் சட்டம் இயற்றப்பட்டது. அய்ம்பது வருடங்களிற்குப் பின் குறிப்பிட்ட நகரங்களில் அவசரகாலச் சட்டமும் ஊரடங்குச் சட்டமும் அமுலுக்கு வந்தன. சுருக்கமாகச் சொன்னால் சட்டங்களை மீறாமல் சட்டங்களை எதிர்த்துப் போராடலாம் என்பதுதான் பிரான்ஸின் கண்கட்டி சனநாயகம். இந்த பெயரளவிலான சனநாயகத்திற்குக் கூட ஆபத்து வருவதற்கான அறிகுறிகளும் தென்படுகின்றன. சீனா போன்ற நாடுகளில் சனநாயக அமைப்பே இல்லாத போதும் அங்கே முதலாளியம் வேகமாக வளர்ந்து வருவதால் முதலாளிய வளர்ச்சிக்குச் சனநாயக அமைப்பு இன்றியமையாததுதானா என்ற திசைகளில் முதலாளித்துவ அறிவுஜீவிகள் சிந்திக்கத் தொடங்கியுள்ளனர்.

சிங்கள பேரினவாதத்தை அரச வன்முறை மூலம் நிலைநிறுத்துகிற இலங்கை ஆட்சியாளர்கள் ஒரு புறம். சாதிய மேலாதிக்கத்திலும் முஸ்லிம் வெறுப்பிலும் ஏகாதிபத்திய ஆதரவிலும், மாற்றுக் கருத்துக்களை, அமைப்புகளை சகித்துக் கொள்ளாத அஜன நாயகப் போக்கிலும் சிக்குண்டிருக்கும் விடுதலைப் புலிகள் மறுபுறம். இவ்விரு கருத்தோட்டங்களுமே நிராகரிக்கப்பட வேண்டியது என்பதை மிக வலிமையாக தங்களது கொரில்லா, ம், வேலைக் காரிகளின் புத்தகம் ஆகியவை தெரிவிக்கின்றன. எனில் இலங்கைக்கு எத்தகைய சமூகத்தை மாற்றாக முன்மொழிகிறீர்கள்?

இலங்கை அரசும் விடுதலைப் புலிகளும் தமது சொந்த அரசியல் நலன்களை முன்னிறுத்தியே காய்களை நகர்த்தி வருகின்றனர். இருதரப்புகளுக்கும் முட்டுக்கொடுத்து நிற்கும் சிங்களப் பேரினவாத மற்றும் தமிழ்த்தேசிய அமைப்புகள்

சிங்கமும் புலியும் தின்றதுபோக எஞ்சும் மிச்சம் மீதிக்காக அடித்துக்கொண்டு கிடக்கிறார்கள். இந்த யுத்தம் மக்களின் யுத்தமல்ல. இந்த யுத்தத்திற்கும் வெகுசனங்களின் நலன்களுக்கும் எதுவித நேர்மறையான தொடர்புகளுமில்லை.

அரசு நாட்டின் ஒருமைப்பாட்டைக் காப்பாற்றுவதற்காகப் பயங்கரவாதத்தோடு யுத்தம் செய்வதாகச் சொல்கிறது. புலிகளோ தமிழ் மக்களின் விடுதலைக்காக யுத்தம் செய்வதாகச் சொல்கிறார்கள். இவர்களின் இந்த யுத்த சன்னதத்திற்குள் கொல்லப்படுபவர்களும் காணமற் போனவர்களும் வதைமுகாம்களில் அடைக்கப்பட்டிருப்பவர்களும் யார்? ஏழைச் சிங்களக் கிராமப்புற இளைஞர்கள் இராணுவத்தில் சேர்க்கப்படுகிறார்கள். புலிகளோ மும்முரமாகப் பிள்ளை பிடிப்பதில் ஈடுபட்டுள்ளார்கள். இன்று புலிகளின் கட்டுப்பாட்டுப் பிரதேசங்களில் வாழும் மக்கள் குடும்பத்திற்கு ஒரு பிள்ளையைக் கொலைகாரப் புலிகளுக்கு தாரைவார்த்தே ஆகவேண்டும் என்பது கட்டாயம். இளைஞர்களும் யுவதிகளும் இராணுவத்திற்கு ஒளிந்து திரிந்த காலம் போய் இப்போது புலிகளுக்கு ஒளிந்து திரிகிறார்கள். புலிகளின் கட்டுப்பாட்டுப் பகுதிகளிலிருந்து இளையவர்கள் வெளியேறுவதற்கும் மணம் முடிப்பதற்கும் கடும் கட்டுப்பாடுகள் விதிக்கப்பட்டுள்ளன.

இந்த அர்த்தமற்ற யுத்தம் முப்பது வருடங்களாகத் தமிழ் முஸ்லீம் மக்களுக்குச் சாதித்த நன்மைகள் என்ன? தமிழர்களாலேயே பல்லாயிரக்கணக்கான தமிழர்களும் முஸ்லீம்களும் கொல்லப்பட்டிருக்கிறார்கள். இலட்சக்கணக்கானோர் புலிகளால் நாட்டிலிருந்து துரத்தப்பட்டிருக்கிறார்கள். இருபது வருடங்களாக அரசும் புலிகளும் விட்டுவிட்டுத் தொடரும் பேச்சுவார்த்தைகளால் விளைந்த நன்மைகள் என்ன? அரசின் சிறைகளில் காலவரையற்ற தடுப்புக் காவல்களில் ஆயிரக்கணக்கான இளைஞர்கள் அடைக்கப்பட்டிருக்கிறார்கள். போதாதற்கு 1980ளில் சித்திரவதைகளுக்கும் கொலைகளுக்கும் பெயர்பெற்ற ஸ்தலமா யிருந்த 'பூசா' தடுப்பு முகாமை மீண்டும் திறக்கப்போவதாக மகிந்த ராஜபக்ஷ அறிவித்துள்ளார். வடபகுதியிலிருந்து புலிகளால் கொள்ளையிடப்பட்டு விரட்டப்பட்ட முஸ்லீம்களால் இன்னும் வடபுலத்தில் மீளக் குடியேற முடியவில்லை.

இன்று நமக்குத் தேவையாயிருப்பது தமிழ், சிங்கள,

முஸ்லீம் மக்களின் அய்க்கியம்தான். ஆனால் இந்த அய்க்கியம் ஏற்பட்டுவிடக் கூடாது என்பதில் சிங்கள தமிழ் இனவாதிகள் மட்டுமல்லாது ஈழப்பிரச்சினையில் செல்வாக்குச் செலுத்திக்கொண்டிருக்கும் அந்நிய சக்திகளும் கவனமா யிருக்கிறார்கள். இலங்கை உழைக்கும் மக்களின் அரசியல் அய்க்கியம் மட்டும்தான் பேரினவாத அரசையும் பாஸிஸப் புலிகளையும் தோற்கடிக்கும். அந்த அய்க்கியம்தான் இலங்கையின் இறைமைவெளிகளில் அத்துமீறி நுழையும் சர்வதேச வல்லாக்க சக்திகளையும் மறுகாலனியாக்கத்தையும் எதிர்த்து நிற்கும். அந்த அய்க்கியம்தான் தீவின் சிறுபான்மை இனத்தவர்களுக்கு அரசியல் உரிமைகளையும் தீர்வையும் வழங்கும். இனவாதமும் யுத்தமும் தமிழ் சிங்கள முதலாளிய அரசியலாளர்களின் நலன்களிலிருந்தே உயிர் வாழுகின்றன என்ற புரிதலோடு இடதுசாரி அரசியல் இயக்கங்களின் வழியே தான் நாம் இந்தத் திசைவழியை நோக்கி நகரமுடியும்.

உண்மையில் இந்த அரசியல் வழியில் முன்கை எடுக்க வேண்டியவர்கள் சிங்கள இடதுசாரிகளே. அவர்களின் செயற்திறன்தான் பெரும்பான்மை இனத்தின் மீது சிறுபான்மை இனங்களிற்கு நம்பிக்கையை ஏற்படுத்தும். தமிழ்ச்சூழலைப் பொறுத்தளவில் பாரம்பரிய இடதுசாரிக் கட்சிகளின் துரோகங்களாலும் பேரினவாதத்தின் அடக்குமுறைகளாலும் நம்பிக்கையிழந்து சில தசாப்தங்களாகவே இனவாத அரசியல் பரப்புரைகளுக்குள் மூழ்கியும் யுத்தத்தின் வடுக்களை அனுபவித்தும் கிடக்கும் தமிழ்ச் சமூகத்தை இன அய்க்கியத்தையும் இடதுசாரி அரசியலையும் நோக்கித் திருப்புவதைக் கற்பனை செய்வதுகூட சிரமமாய்த்தானிருக்கிறது. என்னுடைய இந்தக் கருத்தை ஏற்றுக்கொள்ளும் இன்னொரு தமிழரைக் கண்டுபிடிப்பது அதைவிடச் சிரமம். ஆனால் ஒரு கருத்து எவ்வளவு தூரத்திற்கு அதன் காலத்தில் செல்வாக்குப் பெற்றிருக்கிறது என்பதைப் பொறுத்ததல்ல அந்தக் கருத்தின் நியாயமும் தார்மீகமும்.

சாதிய ஒடுக்குமுறையின் பிரிக்கவியலாத பகுதியே பெண்ணிய ஒடுக்குமுறையும். எனில், போராளிக்குழுக்களில் பங்கேற்றுள்ள பெண்கள் குறித்து இயக்கங்களுக்கு உள்ளேயும் வெளியேயும் உள்ள மதிப்பீடு எவ்வாறுள்ளது? அவர்களால் இயக்கங்களின் அதிகாரம் பொருந்திய முக்கியப் பொறுப்புகளுக்கு வர முடிந்திருக்கிறதா?

ஆயுதந்தாங்கிய இயக்கங்களில் மட்டுமல்லாது அரச

படைகளிலும் கூடத்தான் பெண்கள் உலகம் முழுவதும் இயங்கிவருகிறார்கள். ஆயுதம் தாங்கிக் களத்தில் நிற்பதென்பது வேறு பெண்ணிய விடுதலையென்பது வேறு என்பதை முன்நிபந்தனையாக வைத்துக்கொண்டு ஈழப் போராட்ட இயக்கங்களில் பெண்களின் நிலையைக் குறித்துப் பேசுவோம்.

ஈழப் போராட்டத்தின் ஆரம்பகாலங்களிலிருந்து எழுபதுகளில் தொடக்கப்பட்ட 'தமிழ் இளைஞர் பேரவை', 'தமிழீழ விடுதலை இயக்க' காலங்களிலிருந்தே பெண்களுக்கு ஈழப் போராட்டத்தில் பங்கிருக்கிறது. ஊர்மிளா, சி. புஸ்பராணி, கனகராணி, அங்கயற்கண்ணி திலகவதி, கல்யாணி, சங்கானையம்மா, யோகராணி போன்ற பலர் அர்ப்பணிப்புடன் ஈடுபட்டார்கள். சிறை சென்றார்கள் வதைபட்டார்கள். ஆனால் அமைப்புகளின் தலைமைகளிலோ முடிவெடுக்கும் அதிகாரங்களிலோ இவர்களுக்கு எந்த இடமும் வழங்கப்படவில்லை.

இரண்டாம் கட்டமாக 1983 எழுச்சியுடன் இன்னொரு தொகைப் பெண்கள் ஆயுதப் போராட்டத்தோடு இணைந்தார்கள். குறிப்பாக அப்போது ஈபிஆர்எல்எப் புளொட் ஆகிய அமைப்புகள்தான் பெண்களைப் பெருமளவில் அமைப்புகளாகத் திரட்டின. புளொட் அமைப்பின் மத்திய குழுவில் உஷா இடம் பெற்றிருந்ததைத் தவிர்த்துப் பார்த்தால் பெண்களுக்கு முக்கியத்துவத்தை எந்த இயக்கமுமே கொடுத்திருக்கவில்லை. அப்போது இயக்கங்களுக்கு வந்திருந்த பெண்களில் சிலர் இயக்கத்தின் தலைமைப்பீட உறுப்பினர்களுக்கு மனைவிகளானதுதான் மிச்சம் என்று கசப்புடன் சி. புஷ்பராஜா ஒரு கட்டுரையில் குறிப்பிட்டிருப்பார்.

1986களில்தான் விடுதலைப்புலிகள் அமைப்பு பரவலாகப் பெண்போராளிகளை உள்ளீர்க்க ஆரம்பித்தது. கிடுகுவேலிக் கலாசாரத்துக்குள் வீடுகளுக்குள்ளேயே முடங்கிக் கிடந்த பெண்கள் இன்று விடுதலைப் புலிகளின் அமைப்பில் முக்கியப் படையணிகளாகத் திகழ்கிறார்கள். அவர்கள் கிடுகுவேலிக் கலாசாரத் திலிருந்து பாஸிச கலாசாரத்துக்குள் தூக்கி வீசப்பட்டிருக்கிறார்கள். புரட்சிகர இயக்கங்களில் மட்டுமல்ல எதிர்ப்புரட்சி அமைப்புகளிலும் பெண்களும் சிறுமிகளும் திரட்டப்படுவது உலகத்திற்கு ஒன்றும் புதிதல்ல. யோவேறி முசேவெனியின் என்.ஆர்.ஏ.இல் கூடத்தான் பல்லாயிரக்கணக்கில் பெண்கள் திரட்டப்பட்டனர். உலகம் முழுவதும் பல யுத்தப்பிரபுக்களின் படையணிகளில் பெண்கள் திரட்டப்பட்டுத்தானிருக்கிறார்கள்.

விடுதலைப் புலிகள் அமைப்பு கலாச்சார அடிப்படைவாத அமைப்பு என்பதை நான் பல்வேறு தருணங்களில் விளக்கியிருக்கிறேன். தமிழ்க் கலாசாரப் பெருமிதமும் சங்க காலப் பெருமிதமும் கொண்டவர்களவர்கள். யாழ்ப்பாணச் சமூக ஒழுக்கங்கள் எனச் சொல்லப்படும் கசடுகளை மயிரளவும் தவறாமல் தாங்கள் கடைபிடிப்பதாக அவர்கள் பெருமையடிப்பவர்கள். அவர்கள் பாலியல் தொழிலாளர்களை வீதிகளிலே கொலை செய்யும் காட்டுமிராண்டித்தனங்களைப் பார்த்தாலே அவர்களது கலாச்சார அடிப்படைவாத வெறி தெட்டத் தெளிவாகத் தெரியும். ஏறக்குறைய இருபதாயிரம் 'சிவப்பு ரோஜாக்கள்' கமல்கள் எங்கள் நாட்டில் கைகளில் துப்பாக்கிகளுடன் திரிகிறார்கள்.

இந்தக் கலாச்சார அடிப்படைவாதமும் ஆண் முதன்மைவாதமும் பண்பாட்டு மீட்புவாதமும் அமைப்பிற்குள் இருக்கும்வரை நவீன பெண்ணிய சிந்தனைகளும் அமைப்பிற்குள் வரப்போவதில்லை. அவை வராமல் பெண் ஆளுமைகள் அமைப்புக்குள் தீர்மானகரமான சக்திகளாக வரப்போவதுமில்லை. உண்மையில் விடுதலைப்புலிகளின் பெண் போராளிகள் களங்களில் பல்வேறு ஆயுதங்களுடன் கலாச்சாரத்தையும் சுமந்து கொண்டுதான் நகர வேண்டியிருக்கிறது.

ஈழத்தில் நிலவும் போர்ச்சூழல், வாழ்வாதரங்களை இழந்து நிராதரவாகும் அவலம், உயிரின் நிலையற்றதன்மை போன்ற காரணிகளால்தான் ஈழத் தமிழ்ப் படைப்பாளிகளில் பெரும்பாலோர் தங்களது சமகால அரசியல் பிரச்சினைகளை மையப்படுத்தி தாம் வாழும் காலத்தை பிரதிபலிக்கிற படைப்புகளை காத்திரமாக முன்வைக்கின்றனர் என்றொரு கருத்து இங்குள்ளது. இங்கும் கலாச்சார நடவடிக்கைகள் மதவெறியர்களால் கட்டுப்படுத்தப்படுகிறது. ஒரு சுதந்திரமடைந்த நாட்டின் குடிமக்களுடைய சகல ஜனநாயக உரிமைகளும் பெயரளவிலேயே உள்ளன. ஊடகங்களின் அரசியல் அவற்றை நியாயப்படுத்துவதாக இருக்கிறது. உலகமயமாக்கல் பின்னணியில் மக்களின் காலடி மண்ணிலிருந்து வாழ்வாதாரங்கள் யாவும் பன்னாட்டு நிறுவனங்களால் சூறையாடப்படுகின்றன. தொடரும் விவசாயிகளின் தற்கொலை... போலிசோ ராணுவமோ தனது பதக்கங்களுக்காக என்கவுண்டரில் போட்டுத் தள்ளாத வரைதான் மக்களின் உயிர் வாழும் உரிமை அனுமதிக்கப்பட்டிருக்கிறது. இதை பேசிக் கொண்டிருக்கும் இந்த கணத்திலும் இந்த நாட்டின் பல பாகங்களிலும் சாதிய/பாலின ஆதிக்கத்தின் பெயரால் படுகொலைக்கும் வன்தாக்குதலுக்கும் ஆளாகி துன்புற்று மாயும் உயிர்களை இனி மேல்தான் கணக்கெடுக்க வேண்டும்.

இந்த நுட்பமான வன்முறைகளால் பின்னப்பட்டிருக்கும் சூழலை புறக்கணித்து, வாழும் சமூகம் குறித்த பிரக்ஞையற்று தன்மீதான கழிவிரக்கம் சுய புலம்பல் உள்மனக் கிளர்ச்சிகளையே விதந்தோதி கொண்டாடவேண்டிய உன்னதப் படைப்புகளென்றும், அதற்கிசைவான இஸங்களையே துதிபாடி துய்ப்பவர்களாகவும் வாசிப்பு இன்பம், படைப்பு இன்பம் என்று பிதற்றியபடி திரியும் அனேகத் தமிழ் படைப்பாளிகளின் பொதுப்புத்தியை எவ்வாறு ஊடறுப்பது?

அதிகாரங்களையும் அடக்குமுறைகளையும் கண்டு மவுனமாயிருப்பதைவிட அல்லது நீங்கள் சொல்வது போல சூடு சுரணையேயில்லாமல் இருப்பதைவிட அதிகாரங்களையும் அடக்குமுறைகளையும் நியாயப்படுத்தி எழுதுபவர்களதான் பெரும் ஆபத்தானவர்கள். எங்களது சூழலில் அ.இரவி, கி.பி. அரவிந்தன் வாசுதேவன், யேசுராஜா, ஐங்கரநேசன் என ஒரு பெரும் கும்பலே பப்ளிக்காகப் பாஸிசத்தை ஆதரித்து எழுதி வருகிறார்கள். அ.முத்துலிங்கம் போன்று சமகால அரசியல் நீக்கம் செய்யப்பட்ட பிரதிகளை எழுதுபவர்களுமிருக்கிறார்கள். சுத்த இலக்கியத்திற்காக நடத்தப்படும் 'காலம்' போன்ற பத்திரிகைகளும் வெளிவருகின்றன. எனவே ஈழ எழுத்தாளர்களைக்கூடப் பொதுமைப் படுத்தி சுரணையான அதிகாரங்களுக்கு எதிரான எழுத்தாளர்கள் என்றெல்லாம் சொல்லிவிட முடியாது. ஆனால் அதேவேளையில் எந்த அதிகாரங்களிற்கும் பணிந்துவிடாமல் சாகிறேன் பந்தயம் பிடி என்று சொல்லிக்கொண்டே அதிகார மையங்களை விடாப்பிடியாக எதிர்த்துவரும் எழுத்து மரபும் இல்லாமலில்லை. ஆனால் இந்த மறுத்தோடிகள் மிகவும் சொற்பமானவர்கள்.

போருக்கு முந்திய சூழலிலும்கூட ஈழத்து இலக்கியச் சூழலில் மஹாகவி, மு.தளையசிங்கம், ஏ.ஜே. கனகரட்ணா போன்ற மேட்டுக்குடியினரின் இலக்கியச் செல்நெறிக்கும் கே. டானியல், டொமினிக் ஜீவா, என்.கே. ரகுநாதன், தெணியான், சுபத்திரன் போன்று ஒடுக்கப்பட்ட மக்கள் மத்தியிலிருந்து தோன்றியவர்களின் இலக்கிய செல்நெறிக்குமிடையில் துல்லியமான வேறுபாடுகளிருந்தன. டானியலிடமோ சுபத்திரனிடமோ வழு வழுத்த ஒரு சொற்கூடயிருக்காது. நான் குறிப்பிட்ட மேட்டுக்குடியினர் அரசியலில் நெளிவுசுழிவாக வாழ்ந்தவர்கள். ஆனால் டானியலும் மற்றவர்களும் தங்கள் வாழ்வையும் எழுத்தையும்

மக்கள் விடுதலைக்காக அர்ப்பணித்தவர்கள். எல்லாம் தெரிந்த ஏ.ஜே. கனகரத்னா எந்த அரசியல் கட்சியிலும் இருக்காதது அவர்களுக்குப் பெருமைக்குரிய விடயமென்றால் நான்கு தடவைகள் கட்சியைவிட்டு நீக்கப்பட்ட பின்பும் கே.டானியல் மறுபடியும் மறுபடியும் கட்சியில் போய்த் தன்னை இணைத்துக் கொண்டதுதான் எங்களுக்குப் பெருமைக்குரியது.

இந்த மரபுதான் இன்னும் ஈழத்துப் புலம்பெயர் இலக்கியச் சூழல்களிலும் தொடருகிறது. ஜோன் ஹப்கின்ஸ் பல்கலைக்கழகமும் கொலம்பியா பல்கலைக்கழகமும் ஆண்டுக்குச் சிலபல ஈழத்துத் தமிழர்களை புலமையாளர்களாக வெளித்தள்ளுகிறது. இவர்களில் ஒருவரின் குரலையாவது தமிழ்ச் சூழலில் நீங்கள் கேட்டதுண்டா? முனைவர் பட்டம் பெற்ற கையோடு அவர்கள் மேற்கத்திய நிறுவனங்களிடமும் என்.ஜி.ஓ.க்களிடமும் தங்களை ஒப்புக் கொடுத்துவிடுகிறார்கள். ஈழப் போராட்டத்தின் அவலங்கள் அவர்களைப் பொறுத்தவரையில் பட்டங்கள் பெறுவதற்கான ஆய்வுப் பொருட்கள் மட்டுமே. அதிகார மையங்களுக்கு எதிரான நெற்றியடியான நேரடியான பிரதிகளை விளிம்புகளின் குழந்தைகள் மட்டுமே உருவாக்கிக் கொண்டிருக்கிறார்கள். தமிழக எழுத்தாளர்களிடமும் இந்த விதிகள் இயங்கிக்கொண்டிருக்கின்றன என்றுதான் நான் நினைக்கிறேன்.

இன்றெமக்கு வேண்டியது சமாதானமே

நேர்காணல்: அ. மார்க்ஸ்
தீராநதி, அக்டோபர், 2008

விமர்சனமற்ற முறையில் விடுதலைப் புலிகளை ஆதரிப்பது, அல்லது விடுதலைப் புலிகளை எதிர்ப்பது என்கிற வகையில் இலங்கை அரசையும்கூட ஆதரிக்கும் நிலையை எடுப்பது என்கிற இரு எதிரெதிர் நிலைப்பாடுகளுக்கிடையே ஈழப் பிரச்சினையில் நடுநிலையான ஒரு பார்வையைத் தொடர்ந்து பேணி வருபவர் எழுத்தாளர் ஷோபாசக்தி. சென்ற மாதத்தில் நான் பிரான்ஸ் சென்றிருந்தபோது ஈழப் போராட்டம் இன்றொரு தேக்கநிலையை எட்டியிருப்பது குறித்து அவரிடம் நானெடுத்த பேட்டி இது. இன்றைய தமிழ் இலக்கியத்தின் முக்கியப் படைப்பாளியாகிய ஷோபாசக்தியின் இக்கருத்துகளை வெறும் நேர்காணலாகவன்றி உடன்பாட்டுடன் முன்வைக்கிறேன். பாரிசிலிருந்து சுமார் 800 கி.மி. தொலைவிலுள்ள PAU என்னும் நகரில் சென்ற ஆகஸ்ட் 3 அன்று பதிவு செய்யப்பட்டது இது.

ஜூலை 83 இனப்படுகொலையின் 25-ம் நினைவு நாளை நீங்கள் எவ்விதமாக நினைவு கூர்கிறீர்கள்?

இன்றைக்கு மிகவும் துக்ககரமாகவும், வெட்கப்படக்கூடிய நிலையிலும் நமது முன்னாள் ஆயுதப் போராட்ட இயக்கங்களும்,

உதிரிகளாய் இருக்கும் முன்னாள் போராளிகளும் யூலைப் படுகொலைகள் இலங்கை அரசால் திட்டமிட்டுச் செய்யப்பட்டதல்ல என்றும், அங்கே நடந்தது இன அழிப்பு அல்லவென்றும் பிரச்சாரம் செய்யக்கூடிய நிலையை நாங்கள் பார்க்கிறோம். ஏதோ பாலும், தேனும் ஓடிக்கொண்டிருந்த ஒரு தேசத்தில் தமிழ் இளைஞர்கள், தமிழர்களின் உரிமைகளைக் கேட்டு ஆயுதம் தாங்கிய காரணத்தினாலேயே இலங்கை அரசு அப்படுகொலைகளை நிகழ்த்தியதென ஒரு சப்பைக் காரணம் சொல்லிக் கொண்டுள்ளனர். ஆனால், இலங்கை அரசால் மிகக் கவனமாகத் திட்டமிடப்பட்டு, தெற்குப் பகுதியில் வாழ்ந்து கொண்டிருந்த தமிழர்களது வீடுகள், வியாபார நிறுவனங்கள் முதலானவை குறித்த தகவல்கள் துல்லியமாகத் தொகுக்கப்பட்டு, வெலிக்கடைச் சிறை ஆணையாளரை வெளிநாட்டுக்கு அனுப்பிவிட்டு, மிக நிதானமாக, கட்டங்கட்டமாக இப்படுகொலைகளைச் செய்து முடித்தார்கள். ஆயிரக்கணக்கான உயிர்கள் கொல்லப்பட்ட அப்படுகொலை குறித்து இன்றுவரை ஒருவர் கூடச் சட்டத்தின் முன் நிறுத்தப்பட்டுத் தண்டிக்கப்பட்டதில்லை.

இத்தனை தியாகங்கள், உயிரிழப்புகள், புலப்பெயர்வுகளுக்குப் பின் இன்று ஈழப் போராட்டத்தில் ஏற்பட்டுள்ள தேக்கம் குறித்து என்ன கருதுகிறீர்கள்?

ஏற்கெனவே ஈழத்தில் கம்யூனிஸ்ட் கட்சிகள், சாதி ஒழிப்புப் போராட்ட இயக்கங்கள் ஆகியவற்றால் உணர்வு பெற்றிருந்த நூற்றுக்கணக்கான இளைஞர்கள்தான் இந்தப் படுகொலைகளைத் தொடர்ந்து தமிழர் தேசியப் போராட்டத்திற்குத் தலைமை ஏற்க வந்தனர்.

'சோஷலிசத் தமிழ் ஈழம்' என்பது அன்று அவர்களின் பிரதான முழக்கமாக இருந்தது. இதற்குப் புலிகளும்கூட விலக்கல்ல. முக்கியமாக இந்தப் பண்பு பல அறிவுஜீவிகளை, இளைஞர்களை ஈழப் போராட்டத்திற்கு ஆதரவாகத் திருப்பியது. ஆனால் போராட்டம் உக்கிரமடைந்த காலகட்டத்திலே, ஒரு பக்கம் போராட்டம் உக்கிரமாக நடைபெற்றுக் கொண்டிருந்தபோதே, இன்னொரு பக்கம் இந்திய அரசுக்கு இந்த இளைஞர்கள் முழுமையாக அடிபணிந்தார்கள். ஒட்டுமொத்த இயக்கங்களின் ஆயுத பலத்தை மட்டுமல்லாமல், அவர்களின் போராட்ட நெறிகளையும் தீர்மானிக்கும் சக்திகளாக 'ரோ' (RAW) அதிகாரிகளும், இந்திய ராஜதந்திரிகளும் விளங்கினர். ஆக

போராட்டத்தைத் தொடங்கும்போதே இவர்கள் தாங்கள் வைத்திருந்த இடதுசாரி, சோஷலிசக் கருத்தாக்கங்களை ஒவ்வொன்றாகக் கைவிட்டுக்கொண்டே வந்தார்கள். எந்த முழக்கங்களால் பரவலாக இளைஞர்களிடமும், வெகு ஜனங்களிடமும் அவர்கள் செல்வாக்குப் பெற்றிருந்தார்களோ, அவை வெறும் வெற்று முழக்கங்களே என்பது எங்களுக்குப் புரியத் தொடங்கியது.

அனைத்துப் பெரிய இயக்கங்களுமே அப்பாவி மக்களைக் கொலை செய்தனர். எல்லோரும் எல்லோரையும் கொலை செய்தனர். சகோதர இயக்கங்களின் மீதும் படுகொலை நிகழ்த்தினார்கள். இந்தியாவின் கருணை, தங்கள் இயக்கத்தின் சொந்த வளர்ச்சி, இவற்றைத் தவிர மக்களின் அடிப்படைப் பிரச்சினைகள் குறித்தோ, அங்கே நிலவிய சாதியச் சிக்கல்கள், தமிழ், முஸ்லிம் முரண்பாடு, வடகிழக்கு முரண்பாடு குறித்தோ இவர்கள் சிந்தித்தது கிடையாது. இடைவிடாது மாறிக்கொண்டுள்ள சர்வதேச அரசியலைக் கவனித்து அதற்கு ஏற்றவாறு அவர்களின் போராட்ட உத்திகளை வகுத்ததும் கிடையாது. குறிப்பாக புலிகள் இயக்கத்தினுடைய அதிஉச்சமான அராஜகங்களாலும், மாற்று அரசியல் சக்திகளை அவர்கள் துப்பாக்கி முனையில் ஒடுக்கியதாலும், விடுதலைப் புலிகளுக்கு அஞ்சி, தமக்கான பாதுகாப்பைத் தேடி மற்றைய இயக்கங்கள் இலங்கை அரசுக்கு அடிபணிந்ததாலும், அமைதிப்படை காலகட்டத்தில் அதை எதிர்கொள்வதற்காக இலங்கை அரசாங்கத்திடம் புலிகள் தஞ்சம் புகுந்ததாலும் போராட்டத்திலிருந்து மக்கள் அந்நியப்பட்டனர். தமிழ் மக்களைப் போராட்ட சக்திகளாகக் கருதாமல் வெறுமனே தங்களுக்குக் கப்பம் கட்டும் மந்தைகளாகவும் தமது இராணுவத்திற்குப் பிள்ளைகள் பெற்றுத் தருபவர்களாகவும் மட்டுமே புலிகள் ஆக்கி வைத்துள்ளனர்.

இன்றைய தமிழ் இளைஞர்களின் போராட்ட அரசியல் என்பது, சோஷலிசம், இடதுசாரித் தத்துவமல்ல. வேறெந்தத் தத்துவமும்கூட அவர்களுக்குக் கிடையாது. எல்லாவற்றிலுமே அரசியல் நீக்கம் செய்யப்பட்ட குட்டிக் குட்டி யுத்தப் பிரபுக்களின் வலிமைகளைப் பரிசோதிக்கும் களமாக இன்று அது மாற்றப்பட்டுள்ளது. தமிழ் மக்களின் அரசியல் வெளிகளில், தமிழ் மக்களுக்கு நீதியுடனான சமாதானத்தை வழங்குவதற்கு அருகதையுள்ள, விசுவாசமுள்ள எந்த ஒரு அரசியல் சக்தியும் இன்று கிடையாது. நாங்கள் ஒரு போராட்டத்தைத் தோற்றுவிட்டு நிற்கிறோம்.

இதிலிருந்து மீண்டு வருவதற்கான சாத்தியக் கூறுகள் ஏதும் தென்படுகின்றனவா?

யுத்தத்தின் மூலமே இப்பிரச்சினைக்குத் தீர்வு என்பதில் முன் எப்போதையும்விட இன்றைய அரசு உறுதியாக நிற்கிறது. அது அரசியல் ரீதியாகவும், இராணுவ ரீதியாகவும் வெற்றிமேல் வெற்றிகளைக் குவித்துக்கொண்டுள்ளது. கிழக்கு முற்றுமுழுதாக இராணுவக் கட்டுப்பாட்டிற்குள் வந்துவிட்டது. வடக்கில் புலிகளிடம் எஞ்சியிருக்கும் சிறு நிலப் பகுதியும்கூட எந்த நேரமும் இலங்கை இராணுவத்தால் வெற்றி கொள்ளக்கூடிய சூழல் உருவாகியுள்ளது. தமிழீழம் நிராகரிக்கப்பட்டு 'ஒற்றையாட்சி' என்பதை தமிழர்களின் பல்வேறு இயக்கங்கள், சக்திகள், அமைப்புகள் ஏற்றுக்கொள்கின்றன. கூர்ந்து அவதானித்தோமானால் விடுதலைப்புலிகள் உள்ளிட்டு எந்த இயக்கங்களும் நீண்டகாலமாகத் தமிழ் ஈழம் என்ற கோரிக்கையை முன் நிறுத்தவில்லை. இடைக்காலத் தன்னாட்சி நிர்வாகம் என்பதே பேச்சுவார்த்தைகளில் புலிகளின் கோரிக்கையாக இருந்தபோதும் அதையுங்கூட இலங்கை அரசு ஏற்கவில்லை. புலிகள் தொடர்ந்து ஏகப் பிரதிநிதித்துவத்தை வலியுறுத்திக் கொண்டுள்ளனர். வேறு யாரையும் பேச அழைக்கக்கூடாது என்பதில் உறுதியாக உள்ளனர். இலங்கை அரசும், அமைதிப் பேச்சுவார்த்தைக்கு அனுசரணையாக இருந்த நார்வே, ஜப்பான், ஐரோப்பிய யூனியன், அமெரிக்கா முதலான நாடுகளும் அதை ஏற்றுக்கொண்டன. இத்தனைக்குப் பின்னுங்கூட யுத்தத்தில் தமிழ் மக்கள் அனுபவிக்கும் அவலம் குறித்தோ, இந்த அர்த்தமற்ற போரை நிறுத்த வேண்டியதன் அவசியம் குறித்தோ, நிரந்தரமான சமாதானத் தீர்வை நோக்கி நாம் போகவேண்டிய அவசியம் குறித்தோ எந்தக் கரிசனையும் இல்லாமல், தங்களது இயக்கத்திற்கு அதிகாரங்களைப் பெற்றெடுப்பதிலேயும், இந்தப் பேச்சுவார்த்தையைப் பயன்படுத்தி மாற்று அரசியல் இயக்கங்களை ஒழித்துக்கட்டுவதிலேயும் மட்டுமே புலிகள் குறியாக இருந்தனர். போர் நிறுத்த காலத்தில் மட்டும் நானூறுக்கும் மேற்பட்ட மாற்று இயக்கங்களின் முக்கியஸ்தர்களைப் புலிகள் கொன்றொழித்துள்ளனர்.

அன்று நீங்கள் உரையில் குறிப்பிட்டதுபோல அரசாங்கம் இன்று யுத்தத்தை மட்டுமே நம்பியுள்ளது. அரசாங்கத்தின் இந்த நிலைப்பாட்டிற்கு புலிகள் தவிர்த்த மற்ற இயக்கங்கள் இராணுவ ரீதியாகவும், அரசியல் ரீதியாகவும் ஒத்துழைப்பு வழங்குகின்றனர்.

பேச்சுவார்த்தைகளில் புலிகள் மற்ற இயக்கத்தவரையும் அனுமதித்திருந்தால் இந்நிலை தவிர்க்கப்பட்டிருக்குமா?

அனுமதித்திருந்தாலுங்கூட இலங்கை அரசு எந்த அளவிற்கு யோக்கியமாக நடந்துகொள்ளும் எனச் சொல்ல இயலாது.

இதர அம்சங்களைப் பொறுத்தமட்டிலாவது புலிகள் பேச்சுவார்த்தைகளில் நேர்மையாக நடந்துகொள்கிறார்களா?

பேச்சுவார்த்தைகளில் அரசாங்கம் மட்டுமல்ல, புலிகளும் நேர்மையாகவும், உண்மையாகவும் இல்லை. அதனால்தான் பேச்சுவார்த்தைகள் தோல்வியிலேயே முடிந்தன. இருவருமே யுத்தத்தை விரும்புகின்றனர். யுத்தத்தின் மூலமாகவே இருவரும் தமது அதிகாரத்தையும், செல்வாக்கையும் நிலைநிறுத்திக் கொள்கின்றனர். இடையில் புகுந்து குட்டையைக் குழப்பும் அந்நிய வல்லாதிக்க சக்திகளையும் நாம் கவனத்தில் கொள்ளவேண்டும். அமைதிப் பேச்சுவார்த்தைகளில் மட்டுமல்லாமல், யுத்தத்தைத் தீர்மானிப்பதிலும் இவர்களுக்கு ஒரு பங்குள்ளது.

அந்நிய வல்லாதிக்க சக்திகள் என நீங்கள் எவற்றைக் குறிப்பிடுகிறீர்கள்?

இந்தியாவிற்கு முக்கியப் பங்குள்ளது. இலங்கையின் பல பகுதிகளில் இந்திய முதலாளிகள் முதலீடுகளைச் செய்து கொண்டுள்ளனர். உலக மகா போலீஸான அமெரிக்காவும், தன் பங்கைச் செவ்வனே ஆற்றுகிறது. குறிப்பாக இந்தியாவின் பொருளாதார நலன்கள் முக்கியமாக உள்ளது. இலங்கையில் அனல் மின் நிலையம் அமைக்க இந்தியாவுடன் ஒப்பந்தம் செய்யப்பட்டுள்ளது. யாழ்ப்பாணத்திலுள்ள இலங்கையின் மிகப் பெரிய சீமெந்துத் தொழிற்சாலையை இன்று இந்திய முதலாளிகள் வாங்கியுள்ளனர். தவிரவும் நாடு முழுவதிலும் இந்திய முதலாளிகள் நிலங்களையும், சொத்துக்களையும் வாங்கிக் குவிக்கின்றனர். இதற்குச் சிறு எதிர்ப்பும்கூட இலங்கையில் கிடையாது.

இந்திய விஸ்தரிப்பு வாதத்தை மையமாக வைத்து இயங்கிய ஜே.வி.பி. இயக்கம் கூடவா எதிர்ப்புக் காட்டவில்லை?

இந்திய விஸ்தரிப்பை எதிர்த்துப் போராடிய ரோஹண விஜயவீரவின் ஜே.வி.பி.க்கும் இன்றைய ஜே.வி.பி.க்கும் நிறைய வேறுபாடு உண்டு. இன்று ஜே.வி.பி. அரசின் பங்காளியாக உள்ளது. இனவாதத்தைக் கக்குவதில் 'ஹெல உருமைய' போன்ற இனவாதக் கட்சிகளுக்கு இணையாக இன்று அவர்கள் உள்ளனர்.

இலங்கை ஒரு இறையாண்மையுள்ள நாடு என்கிற கருத்து இருந்தால்தானே இந்திய விஸ்தரிப்பு வாதம் பற்றிய உணர்வு இருக்கும். ஆனால் இன்று ஜனாதிபதி உட்பட யாருக்கும் இலங்கை ஒரு இறையாண்மையுடைய நாடு என்கிற கருத்து கிடையாது. இந்தப் போரைச் சாக்காக வைத்து நாட்டில் பல பத்து வருடங்களாக நடைமுறையிலுள்ள அவசர நிலை தொடர்கிறது. இந்த அவசரகால நிலை உள்ளதாலேயே மக்கள் தங்கள் பிரச்சினைகளுக்காகப் போராட இயலாத நிலையுள்ளது. இதன் விளைவாகவே எந்த எதிர்ப்புமின்றி இந்தியா தனது விஸ்தரிப்பு நடவடிக்கைகளை நிறைவேற்றி வருகிறது.

நான் இங்கு வந்துள்ள சில நாட்களில் பல தரப்பட்ட ஈழத் தமிழர்களையும் சந்தித்துப் பேசும்போது கிழக்கு மக்கள், முஸ்லிம்கள், தலித்துகள் எனப் பல்வேறு பிரிவினரும் தமது தனித்துவத்தை வலியுறுத்துவதும், 'ஈழத் தமிழர்' என்கிற ஒற்றை அடையாளத்திற்குள் தம்மை நிறுத்திக்கொள்ள விரும்பாத ஒரு நிலை ஏற்பட்டுள்ளதையும் உணர்கிறேன்...

உண்மைதான். ஆனால் இந்த நிலைமை எப்போதிலிருந்து தொடங்குகிறது என்பதைக் கவனிக்கவேண்டும். 90களுக்குப் பின்புதான் இது உருவாகிறது. நான் தொடக்கத்தில் சொன்னதுபோல இந்தப் போராட்டத்தின் ஆரம்ப காலத்தில் 'சோஷலிசத் தமிழ் ஈழம்' என்ற கோரிக்கை வைக்கப்பட்டது. இன்றுள்ள சூழலில் அது வேடிக்கையாகத் தோன்றினாலுங்கூட, அன்று அது சாத்தியம் என்கிற நம்பிக்கை நான் உள்ளிட்ட பலருக்கும் இருந்தது. அதை ஒட்டியே பல தலித் இளைஞர்கள், முஸ்லிம்கள், மலையகத் தமிழர்கள், கிழக்கு மாகாணத்தினர் எல்லோரும் ஈழப் பேராட்டத்தில் தம்மை ஈடுபடுத்திக்கொள்ள நேர்ந்தது. நிகரகுவா போன்ற நாடுகளில் ஏற்பட்ட மாற்றங்களும் இத்தகைய அணி சேர்க்கைக்கு ஊக்குவிப்பாக அமைந்தது. ஆனால் போகப் போக ஈழப் போராட்டம் இந்த சோசலிசம் முதலான எல்லாவித அரசியல், தத்துவப் பார்வைகளையும் விட்டுவிட்டு, ஜனநாயக நடைமுறைகளையெல்லாம் ஒழித்துவிட்டு, சக இயக்கங்களையெல்லாம் அழித்துவிட்டு, முழுக்க முழுக்க யாழ்ப்பாணத்தை மையமாகக் கொண்ட ஒரு ஆதிக்க, அதிகாரப் போராட்டமாக மாறத் தொடங்கியது. இதன் விளைவுதான் இன்று தலித்களும், கிழக்கு மாகாணத்தினரும் தமது தனித்துவத்தை வலியுறுத்தி, தமிழ் ஈழக் கோரிக்கையிலிருந்து விலகி மட்டுமல்ல, அதற்கு எதிராகவும் நிற்க வைத்துவிட்டது. ஆனால் அதே

நேரத்தில் உலக அளவில் பல விடுதலைப் போராட்டங்கள் இந்த வேறுபாடுகளைக் கணக்கிலெடுத்துக்கொண்டு செயல்பட்டதால் இன்று முன்னோக்கி நகர்ந்துள்ளன. நேபாளம் ஒரு நல்ல உதாரணம்.

'தலித் சமூக மேம்பாடு முன்னணி' என்னும் அமைப்பைத் தோழர்கள் தேவதாசன், நாதன் முதலியோர் முன் முயற்சி எடுத்து உருவாக்கியுள்ளனர். பாரிசிலும், லண்டனிலும் இரு மாநாடுகளும் நடைபெற்றுள்ளன. இதுகுறித்துக் கொஞ்சம் சொல்லுங்கள்.

சாதி ஒழிப்புப் போராட்டத்திற்கு ஈழத்தில் ஒரு வரலாற்றுத் தொடர்ச்சி உண்டு. குறிப்பாக 60களின் இறுதியிலும் 70களின் தொடக்கத்திலும் சாதி ஒழிப்புப் போராளிகள் சீனக் கம்யூனிஸ்ட் கட்சியின் தலைமையில் குறிப்பிடத்தக்க வெற்றிகளைச் சாதித்தார்கள். முன்னைவிட இப்போது ஈழத்தில் சாதிப் பிரச்சினை சற்றுத் தளர்வாக உள்ளதென்றால் அதை ஏற்படுத்திய பெருமை சீனக் கம்யூனிஸ்ட் கட்சியையும், தீண்டாமை ஒழிப்பு வெகுஜன இயக்கத்தையும், உலகளாவிய மாற்றங்களையும்தான் சாருமேயொழிய தமிழ்த் தேசிய விடுதலைப் போராட்டத்திற்கு இதில் எந்தப் பங்குமில்லை. டானியல் சொன்னது போல அடிமையும், எஜமானனும் ஒன்றிணைந்து, ஒரு சேரக் கலந்து தமிழ் ஈழத்தைக் கட்டுவது சாத்தியமில்லை. ஆனால் அதைத்தான் தேசிய இயக்கங்கள் முயன்றன. தமிழ்த் தேசியவாத அலையில் 'தமிழர் ஒற்றுமை' என்கிற முழக்கமே சாதி எதிர்ப்புப் போராட்டங்கள் நீர்த்துப் போவதற்குக் காரணமாயின. சாதி ஒழிப்புப் போராட்ட அமைப்புகள், தமிழ் ஈழப் போராளிகளால் துப்பாக்கி முனையில் மௌனமாக்கப்பட்டன. முப்பது வருட காலமாகக் கவிந்த இந்த மௌனத்தை முதன்முதலாக இன்று 'தலித் சமூக மேம்பாட்டு முன்னணி' கலைத்துள்ளது. 'புதிய ஜனநாயகக் கட்சி' போன்ற அமைப்புக்கள் சாதி ஒழிப்பைத் தொடர்ந்து பேசி வந்துங்கூட, சாதியம் குறித்த அவர்களது பார்வைகள் மரபு மார்க்சீயத்தைத் தாண்டமுடியாமல் இன்றுவரை தேங்கிப்போயுள்ளன. ஆனால் இன்று இந்தியாவிலும், தமிழகத்திலும் தலித்தியம் குறித்துப் பல சிந்தனைப் போக்குகள் உருவாகியுள்ளன. தீண்டாமை மற்றும் சாதியத்தை வெறுமனே நிலப்பிரபுத்துவத்தின் ஓரங்கமாகப் பார்க்காமல், அதை இந்து மதத்துடன் தொடர்ப்புபடுத்தியும், இந்து மதத்தை ஒழிக்காமல் தீண்டாமையை ஒழிக்க முடியாது என்பது போலவும் அங்கே பார்வைகள் உருவாகியுள்ளன. தலித்துகளின்

தனித்துவம், அவர்களுக்குத் தனித்துவமான கட்சி ஆகியன பற்றியும் இன்று பேசவேண்டிய நிலை அங்கு ஏற்பட்டுள்ளது. இந்த மாற்றங்களையெல்லாம் கணக்கில் எடுத்துக்கொண்ட வகையிலேயே த.ச.மே. முன்னணி, மற்றைய இதற்கு முந்திய சாதி ஒழிப்பு இயக்கங்களிலிருந்து வேறுபட்டு நிற்கிறது. இந்த அடிப்படையின்கீழ் இன்று த.ச.மே. முன்னணித் தோழர்கள் ஒரு உரையாடலை உருவாக்கியுள்ளனர். இது ஒரு முக்கியமான மாற்றம் என்பதில் ஐயமில்லை. ஈழ தேசியப் போராட்டத்தின் ஆரம்பத்தில் 'ரவுடிகள்' என அடையாளங்காட்டப்பட்டுப் பல தலித் இளைஞர்கள் சுட்டுக் கொல்லப்பட்டனர். அவர்கள் உண்மையில் தத்தம் பகுதிகளில் தலித் மக்களைத் தீண்டாமைக் கொடுமைகளிலிருந்து பாதுகாத்தவர்களாகவுமிருந்தது குறிப்பிடத்தக்கது. யாழ் பொது நூலகத் திறப்பு விழா, தலித் மேயரான செல்லன் கந்தையனின் தலைமையில் நடக்கக்கூடாது என்பதற்காகவே பல்வேறு சாக்குப் போக்குகளையும் சொல்லி தடுத்து நிறுத்தப்பட்டது. அதேபோல வரலாற்றிலேயே முதன்முறையாக யாழ்ப்பாணத்தின் பாரம்பரியமிக்க யாழ் மத்திய கல்லூரிக்கு ராஜதுரை என்கிற தலித் ஒருவர் தலைவராகப் பொறுப்பேற்றுக் கொண்டதிலிருந்து அவர் சாதி ரீதியாகப் பல்வேறு பிரச்சினைகளைச் சந்திக்க வேண்டியிருந்தது. இறுதியில் 2005ல் அவர் கொல்லவும்பட்டார். எல்லோரும் இந்தக் கொலையை ஒரு ஜனநாயக விரோதச் செயலாக மட்டுமே பார்த்து, இதற்குப் பின்னாலிருந்த சாதியக் காரணங்களைக் கண்டுகொள்ள மறுத்தனர். த.ச.மே. முன்னணி மட்டுமே நான் இப்போது குறிப்பிட்ட இந்தப் பிரச்சினைகளிலெல்லாம் பின்புலமாக இருந்த சாதியக் காரணங்களை அடையாளம் காட்டியது. இன்று புதிய ஜனநாயகக் கட்சியெல்லாம்கூட இந்த நோக்கிலிருந்து பேசவேண்டிய நிலை ஏற்பட்டுள்ளது. இந்த வகையில்தான் த.ச.மே. முன்னணியின் முக்கியத்துவத்தை நாம் வரையறுக்கவேண்டி இருக்கிறது. ஐரோப்பாவிலிருந்துகொண்டு இதைச் செய்வதிலுள்ள எல்லைகள், வரம்புகள் ஒரு பக்கம் இருந்தபோதிலும் இன்று இதன்மூலம் உருவாகியுள்ள உரையாடல் குறிப்பிடத்தக்கது.

தமிழ்நாட்டிலுள்ள தலித் இயக்கங்களிடமிருந்து போதிய ஆதரவு இம் முயற்சிக்குக் கிட்டியுள்ளதா?

த.ச.மே. முன்னணி ஒரு இளம் அமைப்பு. புதிதாக உருவாகியுள்ள ஒன்று. இன்றும் இப்படியொரு இயக்கம்

உருவாகியுள்ள செய்தி உலக அளவில் பரவலாகவில்லை. எங்களாலும் விரிவாகத் தமிழகம் தழுவிய அளவில் கொண்டு செல்ல இயலவில்லை. இப்படி ஒரு அமைப்பு உருவாகியுள்ளதும், அது தலித் மாநாடுகளை நடத்தி வருவதும், தமிழ்ச் சிறு பத்திரிகை சார்ந்த ஒரு சிலருக்கு மட்டுமே தெரிந்துள்ள நிலையுள்ளது. இது ஒரு காரணமென்றபோதிலும் இன்னொரு முக்கிய காரணத்தையும் நாம் மறந்துவிட இயலாது. இன்று தமிழக தலித்களின் முக்கிய பிரதிநிதியாக உள்ள விடுதலைச் சிறுத்தைகள் கட்சி முழுக்க முழுக்க விடுதலைப்புலிகள் ஆதரவு நிலைப்பாட்டை எடுத்துள்ளது. புலிகளை ஆதரிப்பது அவர்களது உரிமை அல்லது அரசியல் என நாம் ஏற்றுக்கொண்ட போதிலும், ஒரு தலித் கட்சி என்கிற வகையில் அது அங்குள்ள சாதி, தீண்டாமைப் பிரச்சினைகளைக் கண்டுகொள்ளாதிருப்பதும், ஈழத்தில் சாதிப் பிரச்சினை விடுதலைப்புலிகளுக்குப் பின் ஒழிந்துவிட்டது என்பது போன்ற கருத்துக்களைத் தமது மவுனத்தின் மூலம் ஆதரிப்பதும் விடுதலைச் சிறுத்தைகளுடனும், அவற்றின் தலைவர் திருமாவளவனிடமும் ஒரு உரையாடலை ஏற்படுத்துவதை இதுவரை சாத்தியமில்லாமற் செய்துவிட்டது. தேசிய விடுதலைப் போராட்டத்தினூடாக இன்று சாதிப் பிரச்சினை சற்றே குறைந்துள்ளது எனக் கருதுகிறவர்களுங்கூட, இன்று அங்கு சாதிப் பிரச்சினையே இல்லை எனச் சொல்வதில்லை.

ஆனால் விடுதலைச் சிறுத்தைகளோ அங்கே சாதிப் பிரச்சினையே இல்லை என்பது போல பேசுவது மற்றும் இணங்குவதன் மூலமும், முஸ்லிம் மக்களுக்கும், கிழக்கு மாகாணத்தினருக்கும் விடுதலைப் புலிகள் செய்துவிட்ட துரோகத்தைக் கண்டுகொள்ளாமல் இருப்பதன் மூலமும் தலித் மக்களுக்குத் துரோகமிழைக்கின்றனர். இதுகுறித்து 'தேனி' இணையதளத்தில், கிழக்கு மாகாணத்தினரின் தனித்துவத்தை வற்புறுத்தி இயங்குபவரும் 'எக்ஸில்' இதழாசிரியருமான எம்.ஆர். ஸ்ராலின் திருமாவளவனுக்கு எழுதிய திறந்த மடல் குறிப்பிடத்தக்கது. எனினும் ஒரு முக்கிய தலித் கட்சி என்கிற வகையில் விடுதலைச் சிறுத்தைகள் அமைப்புடன் ஒரு உரையாடலுக்கு த.ச.மே. முன்னணித் தோழர்கள் தயாராகவே உள்ளனர்.

இன்று கிழக்கிலுள்ள நிலைமை குறித்து சற்று விரிவாகச் சொல்லுங்கள்.

விடுதலைப் புலிகள் அமைப்பிலிருந்து கருணா பிரிந்து

வந்த இரண்டு நாட்களில், இங்கே ஒரு வானொலி நிலையத்தில் அது குறித்த ஒரு உரையாடல் நடைபெற்றது. கோவை நந்தன், தேவதாஸன் கலந்துகொண்ட அந்த உரையாடலில் நான் தொலைபேசி மூலம் என் கருத்துக்களைச் சொன்னேன்.

"பிரிந்து வந்தவுடன், கிழக்கு மாகாணத்தினர் தொடர்ந்து புறக்கணிப்புச் செய்யப்படுவது, கிழக்கின் சுயாட்சி பற்றியெல்லாம் கருணா பேசியது வரவேற்கத்தக்கதுதான் என்ற போதிலும், இந்தப் பேச்சு ஒரு தவறான மனிதரின் வாயிலிருந்து வருகிறது" என நான் அன்று சொன்னேன். பிரபாகரன் ஒரு 'ஹிட்லர்' என்றால் கருணா ஒரு 'முஸோலினி' என்றும் சொன்னேன். தொடர்ந்து அவரது செயற்பாடுகளும், பேச்சுக்களும் அதை நிரூபித்தன. கிழக்கின் சுயாட்சி பற்றியவை தவிர அவரது மற்ற பேச்சுக்கள் எல்லாம் கிட்டத்தட்ட புலிகளைப் போலவே இருந்தன. ஆள் கடத்தல், கொலை செய்தல் இவை எல்லாம் தொடர்ந்தன. இராணுவத்துடன் சேர்ந்து செயல்படும் நிலையும் இருந்தது. இந்நிலையில், சர்வதேச அழுத்தத்தின் காரணமாக கிழக்கு மாகாணத்தில் தேர்தல் ஒன்றையும் அரசு நடத்தவேண்டிய நிலை ஏற்பட்டது. அந்தத் தேர்தலில் 'தமிழ்த் தேசியக் கூட்டமைப்பு' தவிர மற்றெல்லா அரசியல் கட்சிகளும் பங்குகொண்டன. தேர்தலும் பெரிய அராஜகங்களின்றி நடைபெற்றது. அரசுடன் கூட்டணி சேர்ந்து போட்டியிட்ட சிவனேசதுரை சந்திரகாந்தன் (பிள்ளையான்) முதலமைச்சரானார்.

தொடர்ந்து இன்று கிழக்கு மாகாணத்தில் ஏற்பட்டுள்ள பாரிய மாற்றங்கள் குறிப்பிடத்தக்கவை. முதலில், பல ஆண்டுகளுக்குப் பின் முதன்முதலாக அங்கே போர் ஒழிந்து மக்கள் அமைதியாக உள்ளனர். கொலைகள், ஆட்கடத்தல்கள் எல்லாம் வெகுவாகக் குறைந்துள்ளன. குறிப்பாக ஏராளமான குழந்தைகள் கடத்திச் செல்லப்பட்டு, போர்முனையில் நிறுத்திக்கொல்லப்படும் அவலம் நின்றுவிட்டது.

தவிரவும் இன்று கிழக்குப் பகுதியில் முஸ்லிம்களுக்கும், தமிழர்களுக்கும் இடையில் பல நல்ல, முக்கியமான ஒப்பந்தங்கள் ஏற்பட்டுள்ளன. நாங்கள் ஏற்கெனவே நிறைய இழந்துவிட்டோம். போரில் களைத்துப் போய்விட்டோம். ஏராளமான விலையைக் கொடுத்துவிட்டோம். "பாராளுமன்றம் பன்றிகளின் தொழுவம்" என்றெல்லாம் கோஷம் போட எங்களுக்குச் சக்தியில்லை.

ஆயுதக் கலாச்சாரத்தைக் கைவிட்டு, அனைவருமே ஜனநாயக அரசியல் நெறிகளுக்குத் திரும்பவேண்டும் என்று நாங்கள் தொடர்ந்து வற்புறுத்துகின்றோம். இலங்கை அரசியலிலே கிட்டிய ஒரு அண்மை உதாரணம் ஜே.வி.பி. கடுமையான ஆயுதப் போராட்டத்தை மேற்கொண்ட ஜே.வி.பி. இன்றுள்ள அரசியல் சூழலில் அதைக் கைவிட்டு ஜனநாயகப் பாதைக்குத் திரும்பியுள்ளது. ஆயுதப் போராட்டத்தை நடத்தும்போது மக்களிடம் எந்த அளவு ஆதரவு பெற்றிருந்ததோ, அதைக் காட்டிலும் பலமடங்கு ஆதரவைப் பெற்றதோடு, இலங்கை அரசாங்கத்திலும் பங்கெடுத்துள்ளனர்.

நாளை விடுதலைப்புலிகளின் தலைவர் பிரபாகரன், ஆயுதக் கலாச்சாரத்தைக் கைவிட்டு, ஜனநாயகப் பாதைக்குத் திரும்பி, தேர்தலில் நின்றாரானால் அதைவிட மகிழ்ச்சிகரமான செய்தி தமிழ் மக்களுக்கு இருக்கமுடியாது. அதை நாங்கள் வரவேற்கிறோம். அந்த அடிப்படையிலேயே இன்று 'தமிழ் மக்கள் விடுதலைப்புலிகள்' (TMVP) தேர்தல் அரசியலுக்குத் திரும்பியதை நாங்கள் வரவேற்கிறோம். இதனுடைய அர்த்தம் சிவனேசதுரை சந்திகாந்தன் இலங்கை அரசாங்கத்தின் ஆதரவாளர் இல்லை என்பதோ, அவர் ஒரு நீதிதேவன் என்பதோ அல்ல. அவரது அரசியல் நெறிகள் மீது நமக்குக் கடும் விமர்சனம் எப்போதும் உண்டு.

கிழக்கு மாகாணத்தில் இந்தியாவின் முதலீடுகளை வரவேற்போம் எனக் கருணா இரண்டு நாட்களுக்கு முன் சொல்லி யிருப்பது ரொம்பவும் ஆபத்தானது, கண்டிக்கத்தக்கது. இந்த விமர்சனங்களுக்கப்பால் அவர்கள் ஒரு ஜனநாயக எல்லைக்குள் நின்று தம் அரசியலைச் செய்வது வரவேற்கத்தக்கதுதான்

துக்ககரமான வேடிக்கை என்னவென்றால் ஈ.பி.ஆர்.எல்.எப், பிளாட், ஈ.பி.டி.பி., டெலோ முதலிய அமைப்புகளெல்லாம் தேர்தல் பாதைக்குத் திரும்பியபோது மகிழ்ந்து வரவேற்ற யாழ் அறிவுஜீ விகளும், ஜனநாயகத்தைப் பேசுபவர்களும் இன்று சந்திரகாந்தன் தேர்தல் பாதைக்குத் திரும்பியதை அங்கீகரிக்க மறுப்பதுதான். தமிழ் மக்களின் முக்கிய அறிவுஜீவிகளாகவும், சிந்தனைப் பிரதி நிதிகளாகவும் உள்ள இவர்களே இதை மறுப்பது ஒன்றே கிழக்கு மாகாணத்தின் சுயாட்சி உரிமைக்கு நிரூபணமாகிறது.

மௌனம் என்பது சாவுக்குச் சமம்

('மாத்யமம்' மலையாள வார இதழில் 2005 மார்ச் 25ல் வெளியாகிய நேர்காணலின் தமிழ் வடிவம்)

நேர்கண்டவர்: டி.டி. ராமகிருஷ்ணன்

தற்காலத் தமிழ் இலக்கியத்தில் ஈழத்தமிழ் இலக்கியத்தின் இடம் என்ன?

ஆம்! அப்படியெரு காலம் இருந்தது. தமிழ் உரை நடையில் ஆறுமுகநாவலர் தொடக்கம் இலக்கிய விமர்சனத்தில் பேராசிரியர்கள் கைலாசபதி, கா.சிவத்தம்பி பேன்றவர்களும் புனைகதையில் எஸ்.பென்னுத்துரை, மு.தளையசிங்கம் பேன்றவர்களும் தலித் இலக்கியத்தில் கே.டானியலும் கவிதையில் பிரமிளும் குறிப்பிடத் தகுந்த ஆளுமைகளாக இருந்ததோடு மட்டுமல்லாமல், இவர்கள் தமது துறைகளில் புதிய போக்குகளை வடிவமைத்தார்கள். யுத்தம் ஆரம்பித்ததோடு எல்லாம் முடிந்து போயிற்று. ஈழத்தில் எழுத்தாளர்கள் திறந்த வெளிச் சிறைச்சாலைகளில் வாழ்கிறார்கள். ஒவ்வெரு எழுத்தும் ஆயுதம் தாங்கியவர்களால் கடுமையாகக் கண்காணிக்கப்படுகிறது. எழுதியதற்காக மட்டுமே கொல்லப்பட்டவர்கள் என்று ரஜனி திரணகம, செல்வி பேன்று ஒரு பட்டியலே உள்ளது. ஒரே ஒரு இயக்கம்! ஒரே ஒரு கருத்து! ஒரே ஒரு தலைவன் என்று விடுதலைப் புலிகள் தமது ஏகபிரதிநிதித்துவத்தை நிறுவுவதற்காக எதைச் செய்யவும் எவரைக் கொல்லவும் ஆயத்தமாயிருக்கிறார்கள். இப்போது விடுதலைப் புலிகளுக்கு வணங்கிய எழுத்தாளர்கள் 'தலைவன்' புகழ் பாடும் கவிதைகளையும் பாஸிஸச் சாய்வுச் சயனைட் இலக்கியங்களையும்

எழுத இதை ஒப்பாத மாற்றுக் கருத்துள்ள எழுத்தாளர்கள் பெரும்பாலும் துப்பாக்கிகளின் முன் மௌனமாக இருக்கிறார்கள். அல்லது அரசியல் நீக்கம் செய்யப்பட்ட பிரதிகளை எழுதுகிறார்கள். புலிகள் மட்டுமல்லாது அரசப் படைகள், ஈ.பி.டி.பி. பேன்றவர்களும் எழுத்தாளர்கள் பத்திரிகையாளர்கள் மீது கொலைச் செயல்களையும் அச்சுறுத்தல்களையும் நிகழ்த்துகிறார்கள். பத்திரிகையாளர்களான நிமலராஜன், நடேசன் போன்றவர்களை அவர்களே கொன்றார்கள். புலம் பெயர்ந்து வாழக் கூடிய ஈழத்து எழுத்தாளர்கள் ஓரளவு இந்த நச்சு வளையத்திலிருந்து தப்பியவர்கள். புகலிடச் சிறுபத்திரிகைகள் அனைத்து அதிகாரங்களையும் கேள்விக்குள்ளாக்கின.எண்ணம், சிந்தனை, அறுவை, தூண்டில், மனிதம், சுவடுகள், சுமைகள், அஆஇ, உயிர்நிழல், எக்ஸில், அம்மா, தேடல், பள்ளம், தாயகம், கண், சக்தி, மரபு, அசை, புன்னகை, பனிமலர், ஊதா, சமர், ஓசை, நமதுகுரல், மார்க்ஸிய முன்னோக்கு, நான்காவது பரிமாணம், தேசம், அக்னி உள்ளிட்ட புலம்பெயர் சிறுபத்திரிகை இயக்கம் மட்டுமே ஒரு அவலமான காலகட்டத்தில் எந்தவித அதிகார சக்திகளிடமும் அடிபணிந்து போகாமல் எதிர்த்து நின்றது, மனித விழுமியங்களை எழுதிக் காட்டியது என்று வரலாறு பதிவு செய்து கொள்ளும்.

எழுத்தில் முதல் முறையாக எப்படி சம்மந்தப்பட்டீர்கள் ?

நான் எனது பள்ளிப்பருவத்தில் இருந்தே இயக்க அரசியலில் ஈடுபட்டு வந்தவன். இலங்கையில் என்னால் வாழ முடியாத சூழலில் நான் அகதியாக அய்ரோப்பாவுக்கு வந்தேன். இங்கே இன்று வரை எனக்கு எந்த அரசியல் உரிமையும் கிடையாது. வாக்குரிமை, பிரஜாவுரிமை ஏதும் கிடையாது. நான்கு வருடங்கள் சர்வதேச ட்ரெஸ்கிய முகாமில் "புரட்சிக் கம்யூனிஸ்ட் கழகத்தில்" இயங்கினேன். 1997 ல் அவர்களிடமிருந்து தொடர்பை நான் முறித்துக் கெண்ட பேது என் முன்னே சூனியம் இருந்தது. இங்கே இருக்கக் கூடிய எல்லாவித இடதுசாரி இயக்கங்களும் வெறும் தொழிற் சங்கங்களாகக் குறுகியுள்ள நிலையில் அனார்கிஸ்டுடகள் தமது எல்லாவித கலகக் குரல்களையும் நிறுத்திக்கெண்டு பசுமைப் புரட்சி, எய்ட்ஸ் ஒழிப்பு எனறு தடம்புரண்ட போது என் முன்னே இருந்தது அரசியல் இருள்வெளி. தனியனாக எழுத ஆரம்பித்தேன். எனக்கு முறையான கல்வியறிவோ இலக்கியப் பரிச்சயமோ கிடையாது என்றாலும், எனக்குத் தெரிந்த நான் பார்த்த அனுபவித்த கதைகளைச் சொல்ல ஆரம்பித்தேன்.

நவீன தமிழ் இலக்கியத்தைப் பற்றி உங்கள் கருத்து என்ன?

தமிழில் வரும் இலக்கியங்களைப் பொத்தாம் பொதுவாக நவீன தமிழ் இலக்கியம் என்னும் ஒரே வரையறைக்குள் நிறுத்திவிட முடியாது. இங்கே ஆதிக்க சாதியினரும் எழுதுகிறார்கள், தலித்துக்களும் எழுதுகிறார்கள். ஆண்கள் எழுதுகிறார்கள், பெண்களும் எழுதுகிறார்கள். பெரிய பொலிஸ் அதிகாரியும் எழுதுகிறான், பொடா அரசியல் கைதியும் எழுதுகிறான். ஆகவே ஒவ்வொரு தனி எழுத்துக்குப் பின்னும் அவர்கள் சார்ந்த அரசியல், சாதி, அதிகாரங்கள் இன்னபிற விரவிக் கிடக்கின்றன. எனினும் தற்பேது நீண்ட காலமாகத் தமிழ் இலக்கியத்துக்குள் ஆதிக்கம் செலுத்தி வந்த பார்ப்பனர்களின் ஆதிக்கம் ஒழிந்து விட்டது என்றே நான் கருதுகிறேன். என் தலைமுறையில் குறிப்பிட்டுப் பெயர் சொல்ல ஒரு பார்ப்பன எழுத்தாளன் தமிழில் கிடையாது. தலித் எழுத்துக்கள் ராஜ்கௌதமன், ம.மதிவண்ணன், அழகியபெரியவன் என்று பலரிடமிருந்து உத்வேகத்தேடு வெளிப்படுகின்றன. இன்னொரு புறத்தில் பிரேம் ரமேஷ், சாருநிவேதிதா, மாலதி மைத்ரி, ஜே.பி. சாணக்யா போன்றவர்கள் தமிழ் இலக்கியத்தை இன்னொரு வெளிக்கு எடுத்துச் சென்றுள்ளார்கள். அந்த வெளி அனைத்து அதிகாரங்களையும் ஒழுங்குகளையும் விசாரணை செய்கிறது. வாழ்வையும் உடலையும் கொண்டாடுகிறது. விடியல் சிவா, அடையாளம் சாதிக், பேன்றவர்கள் தொடர்ந்து ஒடுக்கப்பட்டவர்களின் குரல்களைப் பதிப்பித்து வெளியிடுகிறார்கள். பிரம்மராஜன், எஸ்.ராமகிருஷ்ணன் பேன்றவர்கள் ஒரு வெறியோடு உலக இலக்கியங்களைத் தமிழில் அறிமுகப்படுத்துகிறார்கள். ஒரே ஒரு நாவல் சாதியச் சாய்வுடனோ இந்துத்துவச் சாய்வுடனோ வெளியானால் உடனே நமது தோழர்கள் இறங்கி அடிக்கிறார்கள். உடனுக்குடன் எதிர்வினை புரிகிறார்கள். இந்த மத்திய தரவர்க்க கூப்பாடு இலக்கியங்கள் உள்ளொளி, தரிசன இலக்கியப் பம்மாத்துக்கள் எல்லாம் அது சுந்தரராமசாமி அசோகமித்திரன் பேன்றவர்கள் எழுதினால் கூட இனி நிராகரிக்கப்படும் என்றே நம்புகிறேன்.

நவீன தமிழ் எழுத்துக்கும் பின் நவீனத்துவ உலக இலக்கியத்துக்கும் என்ன சம்மந்தம் ?

தெரியாது ..!

கொரில்லா என்ற நாவல் பற்றிச் சொல்லலாமா ?

கொரில்லா என்னுடைய முதலாவது நாவல். அது தன்வரலாறும் புனைவும் கலந்த முறையில் எழுதப்பட்டது. நான் விடுதலை இயக்கத்தில் இயங்கிய நாட்களையும் எனது அகதி வாழ்வையும் மட்டும் அல்ல, என் போன்ற மற்றும் சிலருடைய அனுபவங்களையும் தொகுத்து அந்த நாவலை எழுதினேன். அது மிக நேரடியான ஒரு அரசியற் பிரதிதான். எனினும் நிலவும் ஈழ அரசியல் நிலைமைகளைக் கருதி பல இடங்களில் நாவலில் சுய தணிக்கைகள் செய்திருந்தேன், என்பதையும் நான் வெட்கத்தை விட்டு ஒப்புக்கொள்ளத்தான் வேண்டும். வேறு என்ன சொல்ல? என் நாவல் பற்றி நாவலில் சொல்லாத எதை நான் நாவலுக்கு வெளியே சொல்லிவிட முடியும் ?...

உங்கள் எழுத்தின் அரசியல் என்ன ?

நான் இப்பேது எந்தவொரு அரசியல் அமைப்பையும் சார்ந்தவனல்ல. அதற்காகக் கவிஞர் சேரன் சொல்வது போல "அமைப்புக்களுக்குள் கட்சிகளுக்குள் கட்டுப்படாமல் விட்டு விடுதலையாகிக் கலைஞனாக நிற்கிறேன்" என்று சொல்லக் கூடியவனும் அல்ல. நான் "விடுதலை" இயக்கத்திலும் கொம்யூனிஸ்ட் இயக்கத்திலும் நீண்ட காலங்களை முழுமையாகச் செலவு செய்திருக்கிறேன், மக்களுக்கு விடுதலையை அளிப்பார்கள் என நான் விசுவாசித்த அந்த அமைப்புகள் மக்களுக்கு அதிகாரங்களையும் ஒடுக்குமுறைகளையுமே பரிசளித்தன. அனைத்து ஒடுக்குமுறைகளுக்கும் எதிரான, அதிகாரங்களை மேலிருந்து திணிக்காமல் கீழிருந்து எளிய மனிதர்கள் அதிகாரங்களைச் செலுத்தும், மக்கள் விடுதலையை நேசிக்கும், ஓர் இயக்கத்தையோ ஒரு கட்சியையோ நான் கண்டடையும் பேது கண்டிப்பாக, நான் ஒரு உறுதியான இயக்கக்காரனாகவோ கட்சிக்காரனாகவோ ஆகிவிடுவேன். அதுவரைக்கும் நான் தனியனாக அதிகாரங்களுக்கு எதிராக எனது பலவீனமான குரலைத் தன்னும் ஒலித்துக் கொண்டேயிருப்பேன். மௌனம் என்பது சாவுக்குச் சமம் என்பார் அல்ஜீரியக் கவி தஹார் ஜாஹூத்.

உங்களுக்கும் விடுதலை இயக்கத்துக்கும் தெடர்பு வந்தது எப்படி ?

நான் என் நினைவு தெரிந்த பருவத்தில் இருந்தே தமிழ்த் தேசியப் பிரச்சாரங்களுக்கு இடையில் வாழ்ந்தேன். தமிழர் விடுதலைக் கூட்டணியும் பின்பு விடுதலை இயக்கங்களும் ஈழப் புலத்திலே மிகுந்த செல்வாக்கோடு திகழ்ந்தார்கள். 1977 மற்றும் 1981, 1983 ல் தமிழர்கள் மீது இலங்கை இனவாத

அரசு பெரும் இனப்படுகொலைகளை நிகழ்த்திய காலத்தில் நான் வாழ்ந்தேன். ஆயுதந் தாங்கிய தமிழ் இயக்கங்களின் எழுச்சிக்கு பின்பாக அதுவரை கணிசமான மக்கள் ஆதரவோடு இயங்கி வந்த கம்யூனிஸ்ட் கட்சிகளும் சாதியொழிப்பு இயக்கங்களும் துப்பாக்கிகளால் மௌனமாக்கப்பட்டன. தமிழ்க் குறுந்தேசியத்துக்கு எதிரான எந்தவொரு கருத்தும் போராளிகளால் அனுமதிக்கப்படவில்லை. இன, பண்பாட்டு, சாதிய, வர்க்க ஒடுக்குமுறைக்கான தீர்வும், விடுதலையும் தனித் தமிழீழத்திலேயே சாத்தியம் என்று நாங்கள் நம்ப வைக்கப்பட்டோம். வெலிகடச் சிறையில் 53 அரசியல் கைதிகள் அரசின் சதியால் படுகொலை செய்யப்பட்ட நிகழ்வும் தெற்கு, மேற்குப் பிரதேசங்களிலிருந்து வடக்குக்கு தமிழர்கள் கப்பல்களில் அகதிகளாய் வந்து சேர்ந்த தருணங்களும் என்னை இயக்கின. இயக்கத்தில் இணைந்து கொண்டேன். அப்போது எனக்குப் பதினைந்து வயது குழந்தைப் போராளி எனினும் இயக்கத்தின் சுத்த ஆயுதக் கண்ணோட்டத்தினுள்ளும் அவர்களின் அப்பட்டமான வலதுசாரித்தனத்தினுள்ளும் ஒரு பாஸிஸ இயக்கத்தை ஒத்த அவர்களின் இயக்க ஒழுங்கு முறைகளுக்குள்ளும் என்னால் மூன்று வருடங்களுக்கு மேல் தாக்குப்பிடிக்க முடியவில்லை.

இயக்கத்தை விட்டு வெளியே வந்த பின்பு என்ன செய்தீர்கள் ?

எதுவுமே செய்ய முடியாமல் பைத்தியம் பிடித்தவன் போல இருந்தேன்.அப்போது எனக்குப் பதினெட்டு வயது. என் முன்னே எந்த வழிகளும் இருக்கவில்லை. அடுத்த வருடம் இந்திய அமைதிப்படை அங்கு வந்து சேர்ந்தது. இந்திய இராணுவத்துக்கும் புலிகளுக்கும் யுத்தம் மூண்ட உடனேயே தமிழர்கள் இலங்கை இராணுவத்திடம் கூட அனுபவித்திராத அடக்குமுறைகளை இந்திய இராணுவம் தமிழர்கள் மீது ஏவியது. அதுவரையில் இலங்கை இராணுவம் செய்திருந்த கொடுமைகளை இந்திய இராணுவம் ஒரே வருடத்தில் செய்து முடித்தது. இந்திய இராணுவத்தால் இரண்டாயிரத்துக்கும் அதிகமான அப்பாவிகளும் பெண்களும் குழந்தைகளும் கொல்லப்பட்டனர். இந்திய இராணுவம் கணக்கற்ற பாலியல் வல்லுறவுகளை சிறுமிகள் மீதும் பெண்களின் மீதும் நிகழ்த்தியது. பொதுமக்களின் குடியிருப்புகள் மீது விமானங்களில் இருந்து குண்டு பொழிந்தது. காரணங்களே இல்லாமல் மக்கள் சிறைபிடிக்கப்பட்டு சித்திரவதை செய்யப்பட்டார்கள். அவமானப் படுத்தப்பட்டார்கள். உண்மையில் இலங்கை இராணுவத்தாலோ புலிகளாலோ செய்யப்பட

முடியாத ஒன்றை என் விடயத்தில் இந்திய இராணுவத்தினர் நிகழ்த்தினார்கள். இந்திய இராணுவத்தாலேயே அப்போது நான் நாட்டை விட்டு வெளியேறினேன். அவர்களின் காட்டாட்சியின் கீழ் எங்கள் கிராமங்கள் இருந்த காலங்களில் தான் நான் என் நாட்டிலிருந்து துரத்தப்பட்டேன்.

பிரான்சுக்கு எப்படி வந்து சேர்ந்தீர்கள் ?

அப்போது பிரான்சுக்கு வருமளவுக்கு என்னிடம் பணம் இருக்கவில்லை. இலங்கையிலிருந்து முதலில் தாய்லாந்துக்குத் தான் போனேன். அய்க்கிய நாடுகள் சபையின் அகதிகளுக்கான ஆணையத்தின் பராமரிப்பின் கீழ் அரசியல் அகதியாகச் சில வருடங்கள் பாங்கொக்கின் புறநகர் ஒன்றில் வாழ்ந்தேன். அப்பேது ஆசியாவில் இருந்து அய்ரோப்பா அமெரிக்காவுக்கு புலம்பெயரும் அகதிகளின் வெள்ளையர்களின் மொழியில் சொன்னால் சட்ட விரோத குடியேற்றவாசிகளின் ஒரு சந்திப்பு மையமாக, இடைவழியாக பாங்கொக் இருந்தது. அங்கிருந்து 1993 ல் பிரான்சுக்கு வந்தேன்.

இப்போது எல்.டி.டி.ஈ. அமைப்பு குறித்தும் விடுதலைப் போராட்டம் குறித்தும் உங்கள் கருத்து என்ன ?

சிங்களப் பேரினவாத அரசின் தொடர்ச்சியான ஒடுக்கு முறைகள் தான் விடுதலைப் புலிகளின் இருப்புக்குக் காரணம் என்பதில் எனக்கு எதுவித மாற்றுக் கருத்தும் கிடையாது. அரச ஒடுக்கு முறைகள் தோற்றுவித்த ஒரு விடுதலை இயக்கத்தின் இன்றைய நிலை எவ்வாறு இருக்கிறது? இன்று விடுதலைப்புலிகள் முற்றுமுழுதான வலதுசாரிகளாக உருவெடுத்து இருக்கிறார்கள். அமெரிக்காவினதும் அய்ரோப்பிய யூனியனதும் ஒவ்வொரு உத்தரவுக்கும் அவர்கள் அடிபணிகிறார்கள். தங்களுடைய பொருளாதாரக் கொள்கை திறந்த பொருளாதாரக் கொள்கைதான் என்று புலிகளின் தலைவர் அறிவித்திருக்கிறார். வெட்கம்! பிரபாகரனின் இடம் இப்பேது ஒரு விடுதலை இயக்கத் தலைவனின் இடம் அல்ல. அவர் ஒரு யுத்தப் பிரபு (War Lord) மட்டுமே. ஏனெனில் ஒரு மக்கள் விடுதலை இயக்கத்துக்குரிய எந்தப் பண்புகளும் புலிகள் இயக்கத்திடம் அறவே கிடையாது. என் சமூகத்தில் நிலவும் கொடூரமான சாதியத்தை ஒழிக்கப் புலிகள் எந்தத் திட்டத்தையும் முன் வைக்கவுமில்லை நடைமுறைப்படுத்தவுமில்லை. இது தவிர காலம் காலமாக ஈழத்து தமிழர்களோடு இணைந்து வாழ்ந்து வரும் முஸ்லிம்கள்

மீது அவர்கள் நடத்திய வன்முறையை மன்னிக்கவே முடியாது. வடபகுதியில் வாழ்ந்த அத்தனை முஸ்லீம்களையும் புலிகள் ஒரே இரவில் வடபகுதியை விட்டு வெளியேற்றினார்கள். அதுவும் எப்படி? முற்று முழுதாக முசுலீம்களின் சொத்துகளைக் கொள்ளை யிட்ட பின்பே விரட்டினார்கள். பரம்பரை பரம்பரையாய் அந்த மண்ணில் வாழ்ந்த இஸ்லாமிய மக்கள் தம்மோடு 500 ரூபாய்கள் மட்டுமே எடுத்துச் செல்ல அனுமதிக்கப்பட்டார்கள். கடந்த மூன்று வருடங்களாக இலங்கை அரசுக்கும் புலிகளுக்கும் இடையில் யுத்த நிறுத்தம் கடைப்பிடிக்கப்பட்டு இது சமாதான காலமாக இரு தரப்பினராலும் அறிவிக்கப்பட்டுள்ளது. இந்த சமாதான காலத்தில் மட்டும் மாற்று இயக்க உறுப்பினர்களில் 300 பேர் வரையில் புலிகள் கொன்றிருக்கிறார்கள்.

நடந்த பேச்சு வார்த்தைகளில் வடக்கு/கிழக்குக்கான அதிகாரத்தை தமது இயக்கத்திற்கு பெற்றுக் கொள்வதே புலிகளின் நோக்கமாக இருந்தது. அதாவது இன்று நிலவும் சமூக ஒழுங்குகளுக்குள் தமக்கான அதிகாரம். இன்று இலங்கை மீதான அமெரிக்காவின் வல்லாண்மை சந்தேகத்திற்கு இடமின்றி நிரூபணமாகியுள்ளது. அமெரிக்க இராணுவத்துடன், இந்திய இராணுவத்துடன் இலங்கை இராணுவம் கூட்டுப்ப யிற்சிகளில் ஈடுபடுகிறது. தாய்லாந்தில் இலங்கை அரசுக்கும் புலிகளுக்கும் இடையில் பேச்சு நடந்த பேது இரு தரப்புக்கும் அமெரிக்கப் படையினர் தான் பாதுகாப்பு வழங்கினார்கள், அல்லது கண்காணித்தார்கள். ஏகாதிபத்தியத்தினதும் புலிகள் பிரதிநிதித்துவப்படுத்தும் யாழ் மேட்டுக்குடியினரதும் வர்க்க நலன்கள் ஒன்றானவை. இந்த இடத்தில் புலிகளைச் சில மேற்கு நாடுகள் தடை செய்துள்ளனவே? என்று நீங்கள் கேட்கலாம். ஆனால் அதே மேற்கு நாடுகள் தான் புலிகளை ஈழத் தமிழ் முசுலீம்களின் ஏகப்பிரதிநிதிகளாக அங்கீகரித்துப் பேச்சுவார்த்தை மேசைகளுக்கு அழைத்துச் சென்றிருக்கிறார்கள், பேச்சுவார்த்தைக்கு அனுசரணையாளர்களாக இருக்கிறார்கள் என்பதையும் நீங்கள் கவனிக்க வேண்டும். மீண்டும் செல்கிறேன் மேற்கு நாடுகளினதும் இலங்கை ஆட்சியாளர்களினதும் விடுதலைப் புலிகளினதும் வர்க்க நலன்கள் பெதுவானவை.எந்த நேரத்திலும் புலிகள், அவர்களைத் தடைசெய்த அதே நாடுகளின் செல்லப் பிள்ளைகளாக எடுபிடிகளாக ஆகச் சாத்தியங்கள் உருவாகாது எனறு கூறி விடுவதற்கான அரசியல் தருக்கங்கள்

ஏதாவது நம்மிடம் உள்ளனவா? அதற்கான தடயத்தைத் தன்னும் புலிகள் நமக்கு விட்டு வைக்கவில்லையே! தமது கடந்த கால அரசியல் நடவடிக்கைகளின் மூலம் தம்மையொரு ஏகாதிபத்தியச் சாய்வுள்ள சிறு முதலாளிய இயக்கமாகவே விடுதலைப் புலிகள் அடையாளம் காட்டியுள்ளார்கள். மாற்று இயக்கங்களின் மீதும், மாற்றுக் கருத்தாளர்கள், எழுத்தாளர்கள், தொழிற்சங்கவாதிகள் மீதும் முஸ்லீம், சிங்களக் குடியானவர்கள் மீதும் நிகழ்த்திய ஒடுக்குமுறைகள், கொலைகள் மூலம் தம்மைப் பாஸிஸ்டுகளாக நிறுவியிருக்கிறார்கள். ஆகவே நாம் விடுதலைப் புலிகள் மீது அபிமானம் கொள்ள எந்தவொரு காரணமும் கிடையாது.

மறுபுரத்தில் இலங்கை அரசோ தமிழர்கள் மீதான தனது ஒடுக்குமுறையை மேலும் அதிகரித்துக் கொண்டே வருகிறது. சிங்கள மக்கள் மத்தியில் ஜே.வி.பி. ஹெல உருமய பேன்ற இனவாதக் கட்சிகளின் செல்வாக்கு அதிகரித்துக் கொண்டு பேகிறது. தனியார் மயமாக்குதல் அதி வேகத்தேடு நடக்கிறது. உண்மையில் இலங்கையில் தமிழ் மக்களும் சரி சிங்கள மக்களும் சரி முஸ்லீம்களும் சரி ஏகாதிபத்திய எதிர்ப்புணர்வு கொண்ட, ஒடுக்கப்பட்ட மக்கள் மீது கரிசனம் கொண்ட ஒரு அரசியல் தலைமை இல்லாமல் தான் இருக்கிறார்கள். தமிழர் மத்தியில் அவ்வாறான ஒரு புரட்சிகர அரசியற் தலைமை தோன்ற தமிழ்த் தேசிய வாதமும் புலிகளும் பெரும் தடைகள்.

உங்கள் புதிய நாவல் பற்றிச் சொல்லுங்கள் ?

'ம்' என்னுடைய இரண்டாவது நாவல், 1983 ஜூலை 25, 27 ம் திகதிகளில் இலங்கை அரசாங்கம் வெலிகட சிறையில் நடத்திய கொலை வெறியாட்டத்தை ஆவணமாக்க வேண்டும் என்ற நோக்கத்தில் இந்நாவலை எழுதினேன். இன்னொரு புறத்தில் தமிழ்ப் போராளிகள் பற்றி வீரம், தியாகம், இலட்சியம் போன்ற ஹீரோயிஸப் படிமங்கள் எழுந்துள்ளதையும் விசாரணை செய்ய முயன்றேன்.

நவீன இலக்கியச் சூழலில் உங்கள் மாதிரியான ஆட்களுக்கு இடம் இல்லை என்று நினைக்கிறீர்களா?

அது தான் சொன்னேனே! தமிழ் எழுத்தாளர்களில் மட்டுமல்லாமல் வாசகப் பரப்புகளிலும் தமிழ் விமர்சனத் துறையிலும் இதழியலிலும் விளிம்பு நிலைக் குரல்கள் ஓங்கி ஒலிக்கத் தொடங்கியுள்ளன. இது எங்களுக்கான காலம்

ஒடுக்கப்பட்டவர்களுக்கும் தலித்துக்களுக்கும் பெண்களுக்குமான காலம்.

நாவல்கள் தவிர்த்து வேறு என்னென்ன எழுதியிருக்கிறீர்கள் ?

அரசியல் சிறு பிரசுரங்களையும் துண்டறிக்கைகளையும் சுவரொட்டிகளையும் அய்ரோப்பாவிலும் தொடர்ந்து எழுதி வருகிறேன். தவிர மூன்று நாடகங்களும் சிறுகதைகளும் எழுதியுள்ளேன். சிறுகதைகள் 'தேசத்துரோகி' என்ற பெயரில் தொகுப்பாக வெளியாகியுள்ளன.

ஓர் எழுத்தாளர் ஆகாமல் இருந்தால் என்னவாக இருந்திருப்பீர்கள்?

முன்பெல்லாம் சினிமா நடிகைகளிடம் தான் இப்படியான கேள்விகளைக் கேட்பீர்கள், இப்போது எழுத்தாளர்களிடமும் கேட்க ஆரம்பித்து விட்டீர்களா? ஒரு நாடற்றவன், அகதி, மாற்றுக் கருத்தாளனாக அல்லது துரோகியாகச் சொல்லப்படுபவனின் வாழ்க்கையை அவன் மட்டுமே தீர்மானிப்பதில்லை.

தமிழில் பெண்ணிய இலக்கியம் பற்றி என்ன நினைக்கிறீர்கள் ?

"இப்போது பெண்களின் படைப்பு மொழியில் ஆபாசம் பொதிந்துள்ளது. யோனி, முலை, மயிர் என்றெல்லாம் எழுதிப் பண்பாட்டைக் கலாச்சாரத்தைக் கெடுக்கிறார்கள்" என்று சொல்பவர்களை நிபந்தனையில்லாமல் செருப்பால் அடிக்க வேண்டும் என்பதை முன் நிபந்தனையாக வைத்துக் கொண்டு ஒன்று சொல்லலாம் என்று நினைக்கிறேன்.

ஆண்களின் உடல் மேலாண்மை அதிகார மேலாண்மை எல்லாவற்றிற்கும் குடும்பம், காதல் போன்ற கருத்தாக்கங்களே இடமளிக்கின்றன. ஆக குடும்பத்தையும் காதலையும் நாம் கொண்டாடும் வரை அடுத்த கட்டத்துக்குப் பெண்ணியம் நகர முடியாது என்றே நான் நம்புகிறேன். கணவனையோ காதலனையோ திட்டி ஒரு கவிதை எழுதுவதை விட விவாகரத்துச் செய்வதும் காதலை முறிப்பதும் இலகுவானது, வசதியானது, உண்மையானது என்றே நான் நினைக்கிறேன்.

குடும்பம், கலாச்சாரம் ஒழுக்கம் குறித்தெல்லாம் உங்கள் கருத்தென்ன ?

இந்த விசயங்களில் நான் முற்று முழுதான பெரியாரிஸ்ட். "திருமணம் செய்வதைக் கிரிமினல் குற்றமாக்க வேண்டும்" என்றார் தந்தை பெரியார். இந்த முதலாளிய சமூக ஒழுங்குகளின் அடிப்படைக் கண்ணி ஆலைகள் அல்ல. குடும்பங்களே

அடிப்படைக் கண்ணிகள். குடும்பப் பொறுப்பும் பற்றுமே தொழிலாளர்களை ஓய்வெடுக்க விடுவதில்லை. உலகத் தொழிலாளர்கள் ஓய்வெடுத்தால் முதலாளியப் பொறியமைவு சரிய ஆரம்பிக்கும். இம் முதலாளியக் கலாச்சாரம் ஒழுங்குகள் எல்லாம் தகர்ந்து விழும். பேராசான் கார்ல் மார்க்ஸ் சென்னது போல குடும்பம் என்பது ஒரு குட்டி அரசுதானே. அங்கு கணவன் அதிகார மையம் தானே! ஒழிந்து போகட்டும் குடும்பங்கள். அது ஒழியும் போது இந்த நிலவும் நாற்றெமெடுத்த கலாச்சாரங்களும் ஒழுக்கங்களும் கூடவே ஒழிந்து போகும்.

உங்கள் காதல், குடும்பம் பற்றிச் சொல்லலாமா?

காதல் என்பது பொறாமையின் இன்னொரு வடிவம் என்பார்கள். காதல் என்பது வெறும் “சென்டிமென்ட் பிளாக் மெயில்” என்றே நான் கருதுகிறேன். இரு உடல்கள் சேருவதற்கு நமக்கு ஒரு கலாச்சார காரணம் தேவைப்படுகிறது. அதற்கு நாம் காதல் என்று பெயரிட்டுள்ளோம். பிறகு இந்த அன்பு என்ற ஏமாற்றும் இங்கே உள்ளது. எவரெருவர் எமது ஆளுமையை ஏற்றுக் கொள்கிறாரே அவரை நாங்கள் அன்பு செலுத்துகிறோம். எமது ஆளுமையை ஏற்றுக் கொள்ள மறுப்பவர்கள் எமது அன்பு வளையத்துக்குள் சிக்குவதில்லை. இந்தக் காதல் அன்பு போன்ற கற்பிதங்களை விட்டுத் தொலைத்து ஜி.நாகராஜன் சொன்னது போல ஒருவரை ஒருவர் மதிக்கக் கற்றுக் கொள்வேம். ஒருவரையொருவர் காதலின் பெயராலும் குடும்பத்தின் பெயராலும் அதிகாரம் செய்வதை விடுத்து ஒருவரை ஒருவர் மரியாதை செய்வோம். செக்ஸ் உறவுக்கு காதல், அன்பு, குடும்பம், மறு உற்பத்தி போன்ற காரணங்களைத் தவிர வேறு பல இன்பமூட்டக் கூடிய காரணங்கள் இருக்கின்றன. அந்தக் காரணங்களை நோக்கி இயங்குவோம், கண்டடைவோம்.

எழுதுவதால் கொல்லப்படக் கூடிய நிலை

நேர்காணல்: தளவாய் சுந்தரம்
தீராநதி, ஜூன், 2004

ஈழ விடுதலைப் போராட்டம் மற்றும் யுத்தம் காரணமாக, பல்வேறு வெளிநாடுகளில் சிதறி, புலம்பெயர்ந்து வாழும் இலங்கைத் தமிழர்களிடையே இருந்து தோன்றிய, புதிய தலைமுறை எழுத்தாளர்களில் முக்கியமானவர் ஷோபாசக்தி. இரண்டாண்டுகளுக்கு முன்பு வெளியான இவரது முதல் நாவலான கொரில்லா, புலம்பெயர் இலக்கியம் என்கிற அடைமொழியையும் கடந்து பரவலாக ஷோபாசக்தி கவனிக்கப்பட காரணமாக இருந்தது. குறிப்பாக, தமிழக இலக்கிய விமர்சகர்களிடம் இருந்து. ஈழ விடுதலைப் போராட்டத்தைக் களனாகக் கொண்டிருந்த கொரில்லா, பெரும் வரவேற்பைப் பெற்றது. தேசத்துரோகி என்னும் இவரது சிறுகதைத் தொகுப்பு, சமீபத்தில் வெளியாகியுள்ளது. கடந்த பத்து வருடங்களாக பிரான்ஸில் அகதியாக வாழ்ந்து வரும் ஷோபாசக்தி, சென்ற மாதம் ஒரு சிகிச்சைக்காக சென்னை வந்திருந்தார். தீராநதிக்காக அவருடன் ஒரு நேர்காணல்...

தீராநதி: ஈழத்திலிருந்து ஓர் அகதியாக வெளியேறுவதற்கு முன்புவரைக்குமான உங்கள் வாழ்க்கை, அரசியல் ஈடுபாடுகள் குறித்து சொல்ல முடியுமா?

ஷோபாசக்தி: உங்களது இந்தக் கேள்விக்குத் தெளிவான ஒரு பதிலைச் சொல்ல முடியாத நிலையில் இப்போதைக்கு நான் இருக்கிறேன். உள்ளதை உள்ளபடி சொல்வதற்கு ஏற்றதான ஒரு

சனநாயகச் சூழல் எங்களுக்கு இல்லை. ஈழத்தில் மட்டுமல்ல, புலம்பெயர்ந்த நாடுகளிலும்கூட என் போன்றவர்களுக்குக் கருத்துச் சுதந்திரம் மறுக்கப்படுகிறது. சொல்வதனாலும் எழுதுவதனாலும் கொல்லப்படக்கூடிய ஒரு சூழலில் நாங்கள் வாழ்கிறோம்.

தீராநதி: ஒரு எழுத்தாளராக நீங்கள் உருவாக, உங்கள் இளமைப் பருவச் சூழலில் எது காரணமாக இருந்திருக்க முடியும் என்பது பற்றியாவது சொல்ல முடியுமா?

ஷோபாசக்தி: விசேடமாக எதுவும் இல்லை. ஒரு தீவுப் பகுதியின் வறிய கிராமத்தில் நான் பிறந்தேன். பத்தாவது வகுப்பு வரைக்கும் கல்வி கற்றேன். அப்புறம் இயக்கத்துக்குப் போய்விட்டேன். இந்த இடத்தில் என் கதையை நிறுத்திக்கொள்ள வேண்டிய அவசியத்தில் நான் இருக்கிறேன். அதனை நீங்கள் புரிந்து கொள்ள வேண்டும். எனக்கு வேறுவழி இல்லை. என்னுடைய இருபத்தோராவது வயதில் நான் ஸ்ரீலங்காவை விட்டு வெளியேறினேன். இப்போது எனக்கு 36 வயது. கடந்த பதினைந்து வருடங்களாக வெளிநாடுகளில் அலைந்து கொண்டிருக்கிறேன். கடைசி பத்து வருடங்களாக பிரான்ஸில் இருக்கிறேன். என் இளமைப் பருவத்தில் இலக்கியம் படிக்கவோ, அரசியல் நூல்களைப் பயில்வதற்கோ எனக்கு எந்த வாய்ப்புகளும் கிடைக்கவில்லை. எனக்கு நினைவுதெரிந்த நாளிலிருந்து என்னைச் சூழவர தட்டையான தமிழ் தேசிய பரப்புரைகளும் விடுதலைப் போருக்கான வீராவேச அழைப்புகளுமே முழங்கப்பட்டன. எல்லாவிதமான சமூக ஒடுக்கு முறைகளுக்குமான தீர்வு தமிழீழத்திலேயே சாத்தியம் என்று நம்ப வைக்கப்பட்டேன். எண்பதுகளிலே ஆயுதம் தாங்கிய இயக்கங்களால் கம்யூனிஸ்ட் கட்சிகள், தொழிற்சங்கங்கள், சாதி ஒழிப்பு இயக்கங்கள் என்று எல்லாவித மாற்று அமைப்புகளுமே மௌனமாக்கப்பட்டன. நான் பிரான்சுக்குப் போன பின்பாக, புரட்சி கம்யூனிஸ்ட் கழகம் என்ற சர்வதேச ட்ராஸ்கிய இயக்கத்தால் கவரப்பட்டு அவர்களோடு இணைந்தேன். நான்கு வருடங்களை நான் அந்தக் கட்சியில் செலவிட்டிருக்கிறேன். அந்த நான்கு வருடங்களில்தான் கட்சித் தோழர்களால் எனக்கு இலக்கியம் அறிமுகம் செய்து வைக்கப்பட்டது. கட்சியின் மூலமே என்னிலிருந்த தேசியவாதப் பண்புகளை நான் விட்டொழித்தேன். சர்வதேச கலாச்சாரம், சர்வதேச ஒடுக்கப்பட்டவர்களின் இணைவு போன்ற கருத்தாக்கங்கள் என்னில் அப்போது தொற்றிக்கொண்டன. கட்சித் தோழர்களுடன் இலக்கியம், அரசியல் சார்ந்து உரையாட

எனக்கு வாய்ப்புக் கிடைத்தது. அந்தச் சூழல்தான் என்னை எழுதத் தூண்டியிருக்க வேண்டும்.

தீராநதி: புரட்சி கம்யூனிஸ்ட் கழகம் கட்சியில் சேருவதற்கான வாய்ப்புகள் எப்படி உருவானது அல்லது ஏன் கட்சியில் சேர்ந்தீர்கள் என்று சொல்லமுடியுமா?

ஷோபாசக்தி: நான் மட்டுமல்ல, விடுதலை இயக்கங்களிலிருந்து வெளியேறிய வேறு சில தோழர்களும் அக்கட்சியில் இணைந்தார்கள். கட்சியும் ஈழப் போராட்டத்தின்பால் கரிசனம் கொண்டிருந்தது. விடுதலை இயக்கங்களுக்கு மாற்றாக அக்கட்சி தன்னை நிறுவிக் கொள்ளும் என நாங்கள் நம்பினோம். ஆனால், 1997ல் எனக்கு தமிழகத்தில் தோழர் அ.மார்க்சின் அறிமுகம் கிடைத்ததன் பிற்பாடு அவரின் கருத்துக்களின்பால் நான் கவனம் செலுத்தலானேன். ஒவ்வொரு 'நிறப்பிரிகை' இதழ்களும் 'தேசியம் ஒரு கற்பிதம்' போன்ற நூல்களும் என்னை மிகவும் பாதித்தன. நம்முடைய சமூகம் ஒரு வர்க்கச் சமூகம் அல்ல; இதுவொரு சாதியச் சமூகமே. சாதிய விடுதலை சாத்தியமில்லாமல் என் சமூகத்தில் வேறெந்த விடுதலையும் சாத்தியமில்லை என்ற பார்வை எனக்குக் கிடைக்கிறது. எனது சமூகத்தில் தொழிலாளி வர்க்கம் சாதியால் பிளவுண்டு கிடக்கிறது. சாதிய ஒற்றுமையைத் தவிர வேறெந்த சமூக ஒற்றுமையுமே சாத்தியப்படாத சூழல். ஆக, இந்த அடிப்படைக் கேள்விகளை ஒதுக்கி வைத்துவிட்டு தமிழ் - சிங்கள - சர்வதேச பாட்டாளி வர்க்க ஐக்கியத்தையே நான் சார்ந்திருந்த கட்சி பேசியபோது, என்னயிது சின்னப்புள்ளதனமாய் இருக்கிறதே என எனக்குத் தோன்றியது. கட்சியோடு தொடர்புகளைத் துண்டித்துக்கொண்டு தனியனாக எழுதுவதில் எனது கவனத்தைச் செலுத்த ஆரம்பித்தேன்.

தீராநதி: ஒரு அகதியாக வாழ நேர்ந்தது பற்றி என்ன நினைக்கிறீர்கள்?

ஷோபாசக்தி: ஊரில் இருந்தபோது பட்டினி கிடந்தேன். இப்போது, தேடி சோறு நிதம் தின்ன அய்ரோப்பாவில் வாய்ப்பு கிடைக்கிறது. இன ஒடுக்கு முறைகள் உள்ளனதான். எனினும் அவை ஈழத்து சாதிய ஒடுக்குமுறையிலும் விட மோசமானவை என்று நான் சொல்லமாட்டேன். யாழ்ப்பாணத்தில் இன்றுவரை, இந்த முப்பது வருட யுத்த அனர்த்தங்களுக்குப் பின்பும் 150 இந்துக் கோயில்கள், தலித்துக்களுக்கு மூடப்பட்டேயிருக்கின்றன. இந்த நேரடியான சாதிய ஒடுக்குமுறை, அகதிச் சூழலில் கிடையாது. நான் அவதானித்த வரையில் புலம்பெயர்ந்த

நாடுகளில் வாழும் தலித்துகள் புலப்பெயர்வை கொடிய சாதிய ஒடுக்குமுறையிலிருந்து தப்பிப்பதற்குக் கிடைத்த ஒரு வாய்ப்பாகவே கருதுகிறார்கள். இவை அகதி வாழ்வின் சாதக அம்சங்கள். அகதி வாழ்வில் பாதகமான அம்சங்களும் நிறைய உள்ளன. அவற்றைப் பற்றி, அவற்றை பற்றி மட்டுமே ஏராளமான வெள்ளாள இலக்கியவாதிகள் எழுதித் தள்ளிவிட்டார்கள். நான் புதிதாகச் சொல்வதற்கு ஏதுமில்லை.

தீராநதி : கொரில்லா நாவல், தேசத்துரோகி சிறுகதைத் தொகுப்பு மற்றும் சில நாடகங்கள் மட்டும்தான் உங்களது படைப்புகள். தொடர்ந்து எழுதாமல் எப்போதாவது வருடத்துக்கு இரண்டு கதைகள் மட்டும் எழுதுபவராகத்தான் நீங்கள் இருக்கிறீர்கள். இதற்கு என்ன காரணம்?

ஷோபாசக்தி: புகலிடத்தில் ஒரு கட்டத்தில் தீவிரமாக எழுதிக் கொண்டிருந்தவர்கள்கூட இப்போது தீவிரத்தன்மையை இழந்திருக்கிறார்கள். நான் உட்பட பல புகலிட எழுத்தாளர்கள் மிகக் குறைவாகவே எழுதுகிறோம். நாங்கள் எல்லோருமே துப்பாக்கிகளுக்கும் அதிகாரத்துக்கும் அறிவு வன்முறைக்கும் ஏக பிரதிநிதித்துவத்துக்கும் முன்னால் தோற்றுப் போய்க் கொண்டேயிருக்கிறோம். ஈழத்து புகலிட தமிழ் அரசியல் சூழலில் நீங்கள் எவ்வளவுக்கு எவ்வளவு மௌனத்தை சாதிக்கிறீர்களோ, அவ்வளவுக்கு அவ்வளவு உங்கள் வாழ்நாட்கள் அதிகரிப்பதற்கு சாத்தியங்கள் உள்ளன.

தீராநதி: எழுத ஆரம்பித்த காலகட்டத்தில் உங்கள் கவனங்கள் என்னவாக இருந்தன?

ஷோபாசக்தி: நான் எழுதத் தொடங்கியதிலிருந்து இன்றுவரைக்குமான என் எல்லா எழுத்துக்களும் ஈழத்து அரசியலையும் புகலிட வாழ்வையும் குறித்து நேரடியாகப் பேசுபவையாகவே இருக்கின்றன.

தீராநதி: கொரில்லா நாவல் உங்கள் சொந்தக் கதையா?

ஷோபாசக்தி: கொரில்லா என்னுடைய சொந்தக் கதை மட்டுமல்ல. நான் சந்தித்த பிரச்சினைகள், பார்த்து, கேட்ட பிரச்சினைகள் எல்லாவற்றையும் ஒரே அலைவரிசையில் கொரில்லாவில் நிரல் படுத்தியுள்ளேன். அல்லைப்பிட்டி என்றவொரு சின்ன மணல் கிராமம் எங்கள் கிராமம். அங்கு என் செட்டில் முப்பது பொடியன்கள் இருந்தார்கள். எல்லோரும் மாமன் மச்சான்தான். ஒன்றாகவே பள்ளிக்குப் போனோம்.

ஒன்றாகவே மாலை வேளைகளில் கிளித்தட்டு விளையாடினோம். 1990 ஆகஸ்ட் மாதம் யாழ் கோட்டையை மீட்பதற்காக சிறிலங்கா இராணுவத்தினர் எங்கள் கிராமத்தில் தரையிறங்கியபோது, அந்த முப்பது பொடியன்களில் இருபத்துமூன்று பொடியன்கள் இராணுவத்தினரால் ஒரே நேரத்தில் கொல்லப்பட்டு கிணற்றுக்குள் போடப்பட்டார்கள். இன்று அந்த கிராமமே அழிந்து கிடக்கிறது. அரச கடற்படையின் கட்டுப்பாட்டில் இருக்கிறது. என் கிராமம் அதிஉயர் பாதுகாப்பு வளையமாக அறிவிக்கப்பட்டுள்ளது. என் செட்டில் நாங்கள் ஐந்தாறு பேர்தான் இன்று உயிரோடு இருக்கிறோம். அதுவும் நாங்கள் வெளிநாடுகளில் இருந்ததால் தப்பித்தோம். அனுபவித்தவை, அறிந்தவை, பட்டவை, பார்த்தவை என்று ஆயிரக்கணக்கான கதைகள் இதுபோல் என் வாழ்வில் உண்டு. அவை எல்லாவற்றையும் சொல்ல வேண்டுமென்றும் விரும்புகிறேன். ஆனால், அதற்கான ஒரு சனநாயகச் சூழல் எப்போது வரும் என்று தெரியவில்லை. ஒரு வேளை நான் விரும்புவதுபோல் சுய தணிக்கை இன்றி எழுதுவதற்கான ஒரு சனநாயகச் சூழல் இருந்திருந்தால் என்னுடைய பிரதிகள் வேறுமாதிரி எழுதப்பட்டிருக்கும் என்றுதான் நினைக்கிறேன்.

தீராநதி: கொரில்லாவுக்கு தமிழ்நாட்டிலிருந்து சாதகமாகவும் பாதகமாகவும் மிகப் பெரிய அளவில் எதிர்வினைகள் வந்தன. அது எங்களுக்குத் தெரியும். இலங்கை எழுத்தாளர்களிடமிருந்து என்ன மாதிரியான விமர்சனங்கள் வந்தன என்று சொல்ல முடியுமா?

ஷோபாசக்தி: இலங்கையைப் பொறுத்தவரை விடுதலைப் புலிகளின் ஆஸ்தான பேச்சாளர்களும் எழுத்தாளர்களும் மட்டுமே கருத்து தெரிவிக்கலாம் என்ற சூழல்தான் இருக்கிறது. எனவே இலங்கையிலிருந்து கொரில்லா குறித்த திறந்த மனது விமர்சனங்கள் வருவதற்கான வாய்ப்புகள் மிகக் குறைவு. சில சிறு குறிப்புகள் மட்டுமே வெளியாகியுள்ளன. யாழ்ப்பாணத்தில் நிச்சயம் அது பற்றி யாரும் அச்சமின்றி வாயைத் திறந்திருக்க முடியாது. நானும் சுகனும் இணைந்து தொகுத்த விளிம்புநிலைக் குரல்களின் தொகுப்புகளுக்கும் இதே கதிதான். நாங்கள் தொகுத்து வெளியிட்ட கறுப்பு என்ற நூலின் விற்பனை பிரான்சில் தடை செய்யப்பட்டது.

தீராநதி: உங்கள் நண்பரான எழுத்தாளர் கற்சுறா கொரில்லாவை இன்னொரு ஹே ராம் என்றும் விடுதலைப்புலிகள் சார்பு நாவல் என்றும் குறிப்பிட்டுள்ளார். உங்கள் மற்றொரு நண்பரான சாரு நிவேதிதா

சென்னையில் நடந்த விமரிசனக் கூட்டத்தில் அது இலக்கியமே அல்ல என்றார். இந்த விமர்சனங்கள் பற்றி?

ஷோபாசக்தி: கற்சுறாவினது வாசிப்புக்கும் சாத்தியமுள்ளது. நம்முடன் இணைந்து பல வருடங்களாக சனநாயகத்துக்காகக் குரல் கொடுத்துக் கொண்டிருக்கும் தோழர் அவர். அது அவருடைய பார்வை. சென்னையில் நடந்த கூட்டத்தில் சாருநிவேதிதா, இந்நாவலின் அரசியலுடன் நான் உடன்படுகிறேன். ஆனால் இது இலக்கியமல்ல. வெறும் செய்திப் பதிவாக இருக்கிறது என்றார். அது அவரது பார்வை, வாசிப்பு. அதற்கும் சாத்தியமுள்ளது. எல்லோரும் நம்முடைய பார்வையையும் அறிதல் முறையையும்தான் கொண்டிருக்க வேண்டும் என்று நாம் எதிர்பார்க்க முடியாது. ஒவ்வொருவருக்கும் தன்னிலைச் சார்ந்த பார்வைகள் சாத்தியம்தானே. ஆனால் இலக்கியம் என்றால் இதுதான், இலக்கியத்திற்கான முறைமைகள் இதுதான் என்ற அளவுகோல்களைத் தீர்மானித்துவிடும் அதிகாரம் படைத்த தனி ஒருவரை நம்மால் ஏற்றுக்கொள்ள முடியாது. ஒவ்வொரு தனி நபருக்கும் தனித் தனியான அளவுகோல்கள் இருக்கலாம். ஒருவரிடமே பல்வேறு அளவுகோல்கள் இருப்பதும் சாத்தியமே. இந்தப் புலத்தில் என்னுடைய அளவுகோல்தான் சரியானது என்று எவரும் சொல்லவும் முடியாது. மற்றதின் அளவுகோல்களை காலி செய்யவும் முடியாது. எனக்கு சொற்ப காலங்களாக, துல்லியமாகச் சொல்லப் போனால் ஏழு வருடங்களாகத்தான் இலக்கியப் பரப்பில் நெருங்கிய பரிச்சயமுண்டு. ஷோபாசக்தி என்ற பெயரில் எனது முதலாவது சிறுகதை 1997ல்தான் வெளியானது. எனக்கு ஆங்கிலமோ பிரெஞ்சோ படிக்கத் தெரியாது. ஆயினும் என்னிடமும் உங்களுக்குச் சொல்வதற்கு நிரம்பக் கதைகள் உண்டு. அந்தக் கதைகளை நான் உங்களுக்கு அச்சில் தருகிறேன். என் கதையையும் நான்கு பேர் படிக்கிறார்கள். சாருவின் கதைகளையும் நான்கு பேர் படிக்கிறார்கள்; அவ்வளவுதான். நான் என்னுடைய புத்தகங்களின் விமர்சனக் கூட்டங்களில் ஏற்புரையோ, பதிலுரையோ நிகழ்த்துவது கிடையாது. மேடையில்கூட அமரமாட்டேன். கூட்டத்தோடு கூட்டமாக உட்கார்ந்து கேட்டுக் கொண்டிருப்பேன். இதுவரை என் புனைவுகள் குறித்து பத்திரிகைகளில் வந்த எந்த விமர்சனத்துக்கும் நான் பதில் சொன்னது கிடையாது. என் புத்தகம் குறித்து, என் புத்தகம் சொல்லாத எதையும் நான் சொல்லிவிட முடியாது என்பதில்

எனக்கு ஆழமான நம்பிக்கையுண்டு. மேலும் ஒரு நாவல் அல்லது சிறுகதை எழுதுவதையும் நான் அவ்வளவு முக்கியமான நிகழ்வாகக் கருதுவது கிடையாது. எனக்குச் சில கதைகள் தெரியும். அவற்றை உங்களோடு பகிர்ந்து கொள்கிறேன். அவ்வளவுதான். மற்றபடி வேறெந்த கோட்பாடுகளோ, திட்டங்களோ என்னிடம் இல்லை. எனவே, விமரிசனங்களுக்கு பதிலளிக்க வேண்டும் என்பதை நான் அவ்வளவு முக்கியமானதாகக் கருதுவதில்லை. ஏனெனில், நான் உங்களுக்கு மற்றொரு கதையைச் சொல்வதற்கான தயாரிப்பில் ஈடுபட்டுக் கொண்டிருக்கிறேன்.

தீராநதி: உங்கள் சிறுகதைகளுக்கு என்ன விதமான விமர்சனங்கள் வந்தன?

ஷோபாசக்தி: என்னுடைய சிறுகதைகள் அனைத்துமே புகலிடத்தில் பரவலாகப் படிக்கப்பட்டன. உற்சாகமூட்டுதலும் விமரிசனங்களும் ஒருபுறம் இருக்க, புகலிடத்தில் நான் சொன்ன கதைகளைக் கேட்பதற்கு ஆர்வமாய் இருந்தார்கள். அது, தொடர்ந்து கதைகளைச் சொல்வதற்கு எனக்கு களங்களை அமைத்துக் கொடுத்தது. அந்த வகையில் நான் பாக்கியவான். இதற்காக, நன்மையோ தீமையோ என் கதைகள் குறித்து தொடர்ச்சியாக அபிப்பிராயம் தெரிவித்து வந்த தமிழரசன், அ. இரவி, றயாகரன், யமுனா ராஜேந்திரன், கற்சுறா போன்றவர்களுக்கு நான் இந்தச் சந்தர்ப்பத்தில் நன்றி கூறுகிறேன்.

தீராநதி: ஒட்டுமொத்த தமிழ் இலக்கியப் படைப்புகளில் உங்களை கவர்ந்த எழுத்தாளர்கள் யார் யார்?

ஷோபாசக்தி: பூமணி, எஸ். பொன்னுத்துரை, பிரேம்: ரமேஷ், கு.அழகிரிசாமி, சாரு நிவேதிதா, மதிவண்ணன், சுகன்... இப்போது உடனடியாக என் ஞாபகத்தில் வரும் பெயர்கள் இவைதான். பூமணியின் 'வெக்கை' என்னை மிகவும் கவர்ந்த பிரதி. என் பார்வையில் தமிழில் வெளியான நாவல்களில் அதிமுக்கியமானது என்று வெக்கையை நான் சொல்வேன்.

தீராநதி: கலை இலக்கிய ஆர்வமுடையவர்களுக்கு பிரான்ஸ் ஒரு கனவுப் பிரதேசம். நீங்கள் பத்து வருடங்களாக அங்கு இருந்து வருகிறீர்கள். அந்த வகையில் பிரான்ஸ் உங்கள் மீது செலுத்திய பாதிப்புகள், நீங்கள் அவதானித்த பிரான்ஸ் பற்றிச் சொல்ல முடியுமா?

ஷோபாசக்தி: நீங்கள் குறிப்பிடுவது மாதிரி பிரான்ஸ் கலைக் கூடங்களும் நாடக அரங்குகளும் பெரும் ஓவியக்காட்சி

சாலைகளும் அரும்பொருட்காட்சியகங்களும் கலை இலக்கிய கூட்டங்களும் நிறைந்த பூமிதான். ஆனால், இந்த நிலையங்களின் நிலவறைகளில் புதைந்து கிடக்கும் சமையலறைகளைக் குறித்துத்தான் என்னால் உங்களுக்குக் கூறமுடியும். வதிவிட (விசா) அனுமதிக்காக அலைவதிலும் அகதி வழக்குகளை தயாரிப்பதிலும் ரெஸ்டாரண்டுகளில் அடிமாடாக வேலை செய்வதிலும் வாழ்வின் பெரும் பகுதி தொலைகிறது. பிரெஞ்சு இலக்கியமும் பிரெஞ்சு திரைப்படங்களிலும் காண்பிக்கும் பிரான்ஸிலிருந்து நான் வாழும் பிரான்ஸ் மிகவும் மாறுபட்டது. எந்தப் பிரெஞ்சுப் படத்தைப் பார்த்தாலும் ஓர் அழகிய ரெஸ்டாரண்டை காட்டுகிறார்கள். அங்கே மனிதர்கள் குடிக்கிறார்கள். கொஞ்சம் காமெராவை Tile Down பண்ணினால் அங்கே பத்துக் கருப்பன்கள் வேலை செய்வது தெரியும். ஆனால் காமெரா வணங்க மறுக்கிறது.

தீராநதி: ஈழப் போராட்டத்தைப் பொருத்தவரைக்கும் இப்போது உங்கள் நிலைப்பாடு என்னவாக இருக்கிறது. கருத்தே பிரச்சினைக்குரியது என்று கருதுகிறீர்களா அல்லது அதை நடைமுறைப்படுத்துவதில்தான் பிரச்சினைகள் உள்ளதென கருதுகிறீர்களா?

ஷோபாசக்தி: ஈழப் போராட்டத்தைப் பொறுத்தவரைக்கும் விடுதலைப்புலிகளின் கருத்துத்தான் ஒட்டுமொத்த ஈழத் தமிழர்களின் கருத்து என்று சொல்வதோ ஏக பிரதிநிதித்துவம் ஒற்றைத் தலைமை என்று கூக்குரலிடுவதோ நியாயமற்றது. இந்த ஏகபிரதிநிதிகளுக்கு மாற்றாக ஒலித்துக் கொண்டிருக்கும் விளிம்பு நிலைக் குரல்களையும் நீங்கள் கவனத்தில் எடுத்துக் கொள்ள வேண்டும். தொடர்ச்சியாக சிங்கள பேரினவாத அரசுகளால், அரச பயங்கரவாதிகளால் தமிழர்கள் ஒடுக்கப்படுகிறார்கள். அவர்களது இன ஒடுக்குதல்தான் இன்று வரையான விடுதலைப்புலிகளின் இருப்புக்குக் காரணம் என்பதில் எனக்கு எவ்வித மாற்றுக் கருத்தும் கிடையாது. இலக்கு உன்னதமாய் இருந்தால் போதாது. அதை அடையும் வழிமுறைகளும் உன்னதமாய் இருக்கட்டும். நாளை புலிகளின் நிர்வாகத்தில் தனி ஈழமோ, ஓர் அதிகார நிர்வாக அலகோ அமைந்தால் அப்போது தலித்துகளின், ஒடுக்கப்பட்டவர்களின் வாழ்நிலை என்ன என்பதுதான் எனது கேள்வி! இப்போது புலிகளின் கட்டுப்பாட்டுப் பிரதேசத்திலுள்ள நிலங்களைப் பறித்து நிலமற்றவர்களுக்கு வழங்க அவர்கள் தயாரா? தலித்துகளுக்கான இட ஒதுக்கீடுகள் குறித்தும் தனி வாக்காளர் தொகுதிகள் குறித்தும் பேசுவதற்கு, நடந்துகொண்டிருக்கும்

பேச்சுவார்த்தை நிகழ்ச்சி நிரலில் ஏன் இடம் வழங்கப்படவில்லை? சர்வதேச பத்திரிகையாளர் மாநாட்டில், எமது பொருளாதாரக் கொள்கை திறந்த பொருளாதாரக் கொள்கைதான் என விடுதலைப் புலிகளின் தலைவர் உறுதிபட அறிவித்தாரே அது குறித்து நாம் பேச வேண்டாமா? இன்று வரை தமது கட்டுப்பாட்டுப் பிரதேசங்களில் புலிகள் மரணதண்டனைகளை வழங்கிக் கொண்டிருக்கிறார்களே, சிறைகளில் மாற்றுக் கருத்தாளர்கள் கொல்லப்படுகிறார்களே இவை குறித்தெல்லாம் நாம் எமது எதிர்ப்புக் குரல்களை எழுப்ப வேண்டாமா? வீரமும் துரோகமும் தியாகமும் கொலையும் இரத்தமும் குற்றமும் தண்டனையும் நாம் அச்செழுத்துகளில் படிப்பதுபோல் அப்படியே இருப்பதில்லை. எந்தவிதத் தருக்கங்களுக்கும் அடக்க முடியாத ஒரு பைத்தியக்கார வாழ்வைத்தான் கடந்த இருபது வருடங்களாக நாங்கள் வாழ்கிறோம்.

தீராநதி: ‘எக்ஸில்’ பத்திரிகையிலிருந்து ‘உயிர்நிழல்’ ஏன் பிரிந்து சென்றது?

ஷோபாசக்தி: சின்னச் சின்ன கருத்து முரண்பாடுகள்தான். ஆனால் முட்டாள்தனமாக பெரிய பெரிய சண்டைகளைப் போட்டுவிட்டோம். சில வருடங்கள் கழித்து இப்போது பார்க்க வெட்கமாக இருக்கிறது.

தீராநதி: இப்போது வெளிவரவிருக்கும் உங்கள் புதிய நாவல் குறித்து ஏதாவது சொல்ல முடியுமா?

ஷோபாசக்தி: ஈழப் போராட்டத்தைப் பற்றிய இன்னொரு கேள்வியை இந்தக் கதைப்புத்தகத்தில் நான் முன் வைக்கிறேன். தியாகம், வீரம், இலட்சியம் இவை எல்லாம் உண்மையில் நமக்குக் கற்பிக்கப்பட்ட அதே அர்த்தங்களில்தான் உள்ளனவா; இல்லையென்றால் தியாகம், வீரம், இலட்சியம் எல்லாமே வெறும் தற்செயல்களா என்ற என்னுடைய தீராத சந்தேகம்தான் இந்த நாவல்.

போர் இன்னமும் ஓயவில்லை

நேர்காணல்: ரீ.சிவக்குமார்

ஆனந்த விகடன், 22.7.09

நான் ஒரு தேச மறுப்பாளன் எனப் பிரகடனப்படுத்திக்கொள்கிற ஷோபாசக்தி ஈழத் தமிழ் எழுத்தாளர்களில் முக்கியமானவர். கொரில்லா,தேசத் துரோகி, ம். எம்.ஜி.ஆர் கொலை வழக்கு என்று பல படைப்புகளை எழுதியுள்ள ஷோபாசக்தியின் எழுத்துகள் எப்போதும் அதிகாரத்தை கிண்டல் செய்து கேள்வி கேட்பவை.

1983 முதல் 1986 வரை விடுதலைப் புலிகளின் இயக்கத்தில் போராளியாக இருந்து பின் இயக்கத்தில் முரண்பட்டு வெளியேறி. இப்போது பிரான்சில் வசித்துவரும் ஷோபாசக்தி, 15 ஆண்டுகளுக்கு மேலாகியும் இன்னமும் அங்கு குடியுரிமை வாங்கவில்லை. ஈழத்தில் போர் ஒரு துயரமான முடிவுக்கு வந்த சூழ்நிலையில், தற்போது தமிழகம் வந்திருக்கும் ஷோபாசக்தியைச் சந்தித்தேன்.

இலங்கையில் போர் முடிவுக்கு வந்தபோது என்ன கருதினீர்கள்?

அந்த அறிவிப்பு அடிப்படையில் பிழையானது. உண்மையில் போர் இன்னமும் முடியவில்லை. வான்வழித் தாக்குதல்கள், பீரங்கித் தாக்குதல்கள் ஆகியவை நின்றிருக்கலாம். ஆனால்,காரணமற்ற கைதுகள், ஆள் கடத்தல்கள் ஆகியவை தொடர்கின்றன. தமிழ் மக்களுக்கான நியாயமான உரிமைகளும் ஜனநாயகமும் வழங்கப்படும் போதும்தான் போர் உண்மையான அர்த்தத்தில் முடிவுக்கு வந்ததாக அர்த்தம்.

பிரபாகரன் மரணமடைந்த செய்திகள் வெளியான போது உங்கள் மனநிலை என்ன?

நான் வருத்தப்பட்டேனா என்று எனக்குச் சொல்லத் தெரியவில்லை. ஆனால், உண்மையாக மகிழ்ச்சியடையவில்லை. பிரபாகரன் மட்டுமில்லை, 20 ஆயிரத்துக்கும் மேற்பட்ட தமிழர்கள் யுத்தத்தின் இறுதி நாட்களில் கொல்லப்பட்டு இருக்கிறார்கள். ஆயிரக்கணக்கான புலிப் போராளிகளும் கொல்லப்பட்டு இருக்கிறார்கள். 7,000 சிங்கள ராணுவ வீரர்களும் போரினால் மரணமடைந்துள்ளனர். இந்த சிங்கள ராணுவ வீரர்கள் யார்? ராணுவ உடை போர்த்தப்பட்ட ஏழை விவசாயிகள். இப்படியாகப் பலரையும் கொன்று போட்டுத்தான் சாவை விழுங்கி யுத்தம் தன் ஆவேசத்தை முடித்திருக்கிறது. எந்தச் சாவுமே எனக்குத் துக்கமானதுதான்.

1983ல் ஈழத் தமிழர்களுக்கு ஆதரவாக நடைபெற்ற தமிழர்களின் போராட்டங்களுக்கும், தற்போது ஈழத் தமிழர்களுக்கு ஆதரவாக நடைபெறும் தமிழர்கள் போராட்டங்களுக்கும் என்ன வித்தியாசங்கள் இருப்பதாகக் கருதுகிறார்கள்?

அப்போதும் இப்போதும் எப்போதும் தமிழகத்து மக்கள் ஈழத் தமிழர்கள் துயர்மீது கொண்ட அக்கறை நெகிழ வைப்பவை. ஈழத் தமிழர்களின் ஆதரவு என்பது புலிகள் ஆதரவாகத்தான் இருந்தது என்று எனக்கு விமர்சனங்கள் இருந்தது உண்டு. என்றாலும், அதற்காக அரசின் கடுமையான ஒடுக்குமுறைகளைச் சந்தித்த கொளத்தூர் மணி மாதிரியான தோழர்கள் மீது எனக்கு மரியாதை உண்டு.

ஆனால் தமிழகத்தில் அதை ஒரு அரசியல் இயக்கமாக, மக்கள் இயக்கமாக மாற்றத் தவறி விட்டார்கள். புலிகளை ஆதரித்த பலருக்கு உறுதியான அரசியல் பார்வைகள் இல்லை. ஒரு மையமான மனிதாபிமான அடிப்படையில் தான் இன்றைக்கும் பலர் ஈழ ஆதரவு பேசுகிறார்களே தவிர சித்தாந்தரீதியான நிலைப்பாடுகள் பலரிடத்தில் இல்லை. இந்தியா, இலங்கை உள்பட தன்னைச் சுற்றியுள்ள சின்ன நாடுகளின் மீதும் மேலாதிக்கத்தை விரித்துவருகிறது. இருந்தும், உருத்திர குமாரன் போன்றவர்கள் இந்தியா எங்களுக்கு நண்பன் என்றுதான் பேசுகிறார்கள். இந்தியாவின் மேலாதிக்கத்தை எதிர்க்காமல் ஈழத்தமிழர்களின் உரிமை பற்றி பேச முடியாது

ஈழப் போராட்டத்தின் பின்னடைவுகளுக்கு எவையெல்லாம் காரணங்கள் என்று கருதுகிறீர்கள்?

ராணுவ ரீதியாக யாராலும் வெல்ல முடியாது என்று கருதப்பட்ட புலிகள் இயக்கத்தின் ராணுவரீதியான படுதோல்வி யாரும் எதிர்பாராதது. கடந்த ஆண்டுகளில் சர்வதேச அளவில் ஏற்பட்டுள்ள மாற்றங்களை இன்றுவரையிலும் புலிகளும், தமிழ்த் தேசியவாதிகளும் கணக்கில் எடுத்ததாகத் தெரியவில்லை . இவைதான் மாபெரும் வீழ்ச்சிக்கு முக்கிய காரணம். 90 களுக்குப் பிறகு உருவான உலகமயக்கொள்கை, ஆயுதப் போராட்டங்களை விரும்பவில்லை. எந்தப் போராட்டமும் எதிர்ப்பும் அற்ற சந்தையைத்தான் மேலை நாடுகள் விரும்புகின்றன. எனவே, மக்கள் போராட்டங்களை ஒடுக்குவதற்கு இந்த நாடுகள் மற்ற நாடுகளின் அரசுக்கு நேரடியாகவும் மறைமுகமாகவும் உதவி செய்கின்றன. இதில் சர்வதேச சமூகம் என்பதெல்லாம் ஏமாற்று வேலை.

இரண்டாவதாக, 2001 செப்டம்பர் 11க்குப் பிறகு பயங்கரவாதத்திற்கு எதிரான போர் என்ற பெயரில் எந்த அரசாங்கமும் எத்தகையக் கொலைகளையும் செய்யலாம் என்றாகிவிட்டது. இந்தக் கொலைகளில் இப்போது நியாயம் பேசும் அமெரிக்கா உட்பட்ட அனைத்து நாடுகளும் கூட்டு களவாணிகள்தான். மேலும் இப்போது இந்தியா, சீனா, ஜப்பான் நாடுகள் பொருளாதார ரீதியாக வளர்ந்து வருகின்றன. மேற்கத்திய நாடுகளுக்கு சவால்விடும் வகையில் ஆசியப் பொருளாதரம் ஒன்று உருவாகி உள்ளது.

லததின் அமெரிக்க நாடுகளை சந்தைகளாகப் பயன்படுத்தி வணிகத்தை நடத்தி வருபவையே ஆசிய நாடுகள்தான். எனவே இலங்கையைத் தக்கவைத்துக்கொள்ள முயற்சிக்கின்றன. போருக்குப் பிறகு இலங்கையில் புனரமைப்புப் பணி என்ற பெயரில் இந்திய முதலாளிகள் பிஸினஸ் செய்யப்போகிறார்கள். ஆனால், ஈழத்தமிழர்கள் மீதான இனப் படுகொலைகளுக்குப் பின்னணியில் இருந்த பொருளாதாரப் பின்னணி குறித்து புலிகளும் சரி, புலிகளை ஆதரிப்பவர்களும் சரி கணக்கில் எடுக்கவேயில்லை.

போருக்குப் பிறகு அரசின் செயல்பாடுகள் எப்படி உள்ளன?

எல்லா இலங்கை அரசுகளுமே இனவெறி அரசுகள்தான். தமிழர்களுக்காக இலங்கை அரசு அமைத்து இருக்கும் முகாம்களை

பார்வையிட்ட சிலர், வசதியான முகாம்கள் என்று பச்சைப் பொய்யை பரப்புகின்றனர். என் அக்கா குழந்தைகள் அங்கு முகாம்களில் தான் இருக்கிறார்கள். மூன்று லட்சம் கொடுத்தால் முகாமைவிட்டு வெளியேற்றுவதாக ராணுவம் சொல்கிறதாம். முதலில் முகாம் என்பதே அயோக்கியத்தனமானது. அகதிகளாக வேறு நாட்டுக்கு வந்தவர்களுக்குத்தானே முகாம்! சொந்த நாட்டு மக்களுக்கு எதற்கு முகாம்? இலங்கை அரசிடம் ஜனநாய சக்திகளும் மனித உரிமையாளர்களும் இரண்டு கோரிக்கைகளை வலியுறுத்த வேண்டும். ஒன்று, உடனடியாக முகாம்கள் கலைக்கப் படவேண்டும். இரண்டாவதாக, ராணுவத்தால் கைது செய்யப்பட்ட போராளிகளுக்குப் பொது மன்னிப்பு வழங்கப்பட வேண்டும் அல்லது, உலகளாவிய மனித உரிமைச் சட்டங்களுக்கு உட்பட்டு வெளிப்படையான விசாரணை நடத்தப்பட வேண்டும்.

இனி, தமிழீழம் அமைவதற்கு சாத்தியங்கள் உள்ளனவா?

இல்லை

ஈழம் என்பது இந்தியாவின் கலாசார காலனி

நேர்காணல்: கடற்கரய்

குமுதம், 14.02.2007

தமிழீழ சமகால இலக்கியத்தில் கவனிக்கப்படும் படைப்பாளி ஷோபாசக்தி. போராளியான இவர யுத்தம் எளிய மக்கள் மீது பிரயோகிக்கும் வன்முறையைக்கண்டு ஆயுதப் போராட்டத்தை விட்டு வெளியேறியவர். சமீபத்தில் பிரான்ஸ் நாட்டிலிருந்து தமிழகம் வந்திருந்தார். ஒரு முன் மாலை நேரத்தில் சவேரா ஓட்டலில் இச் சந்திப்பு நடந்தது.

ஈழ அரசியலை தொடரந்து உன்னிப்பாகக் கவனித்து வரும் அரசியல் அறிஞரகள் ஆண்டன் பாலசிங்கத்தின் மறைவால் சமாதான அமைதிப் பேச்சுவார்த்தையில் பின்னடைவு ஏற்பட்டதாகச் சொல்கிறார்கள். இது எந்த அளவுக்கு உண்மை?

1970களின் இறுதிப் பகுதியிலிருந்து விடுதலைப் புலிகளின் அரசியலை நெறிப்படுத்துபவராக ஆண்டன் பாலசிங்கம் இருந்து வந்திருக்கிறார். விடுதலைப் புலிகளின் அமைப்பை வலதுசாரியாக மாற்றியமைத்ததிலும் ஈழப் போராட்டத்தைத் திசை திருப்பியதிலும் முக்கிய பங்கு ஆண்டன் பாலசிங்கத்திற்கு உண்டு. பொதுக் களங்களில் பாலியல் சார்ந்தப் பகடிகளைச் சொல்லி மக்களின் பொதுப் புத்தியைத் திருப்திப்படுத்தும் 'கலையை அவர் கற்று வைத்திருந்தார். இப்படி மலிவான முறையில் ஈழ அரசியலைக் கொண்டு சென்றவர் இவர். இவரது மறைவால்

அமைதிப் பேச்சுகள் தடைப்படுவதாக எல்லா ஊடகங்களும் ஒரு தோற்றத்தைக் கட்டி எழுப்புகின்றன. ஆனால் உண்மையில் தமிழீழ அமைதி ஒப்பந்தங்கள் ஏற்கனவே எப்போதோ கிழித்தெறியப்பட்டு விட்டன. இனி ஒரு தீர்வை உண்டாக்குவதோ யுத்தத்தை முடிவுக்குக் கொண்டு வருவதோ புலிகளால் நடப்பில் முடியாத காரியம்.

ஆனால் பெருவாரியான சர்வதேச மக்கள் புலிகளை மட்டும்தானே தங்களின் ஆபத்பாந்தவனாக நம்பி வருகிறார்கள்?

பல்வேறு நாடுகளில் புலம் பெயர்ந்து வாழும் ஈழ மக்கள் புலிகளை மட்டுமே நம்புவதாக ஒரு பொதுக் கருத்தை எல்லோரும் சேர்ந்து இங்கு உருவாக்கி வைத்திருக்கிறார்கள். இக்கருத்தை வடிவமைத்ததில் சர்வதேச மீடியாக்களுக்கும் தமிழ்த் தேசியர்களுக்கும் பெரும் பங்கு உண்டு. புலிகளின் மீது எதிரான கருத்துள்ள ஈழமக்கள் நிறைய இருக்கிறார்கள். ஆனால் நீங்கள் சொல்வதுபோல பெரும்பான்மையான ஈழத் தமிழர்கள் அப்படித்தான் நம்புகிறார்கள். அவர்கள் புலிகளை மட்டுமா நம்பகிறார்கள். கூடவே பேய் பிசாசுகளைக் கூடத்தான் நம்புகிறார்கள்.

ஆயுதம் ஏந்திப் போராட வேண்டிய நிர்ப்பந்தத்தை சிங்கள அரசுதானே உண்டாக்கியது. தமிழீழப் பிரச்சினைக்கு நீங்கள் வேறு தீர்வு ஏதாவது வைத்திருக்கிறீர்களா?

அது தெரிந்திருந்தால் நான் பேட்டி கொடுத்துக் கொண்டு இருக்கமாட்டேன். செயல்திட்டத்தில் இறங்கி இருப்பேன். ஆனால் ஒன்றை மட்டும் நான் உறுதியாக நம்புகிறேன். தவறான ஒன்றைச் செய்வதைவிட சும்மா இருப்பதே மேல் என்று எண்ணுகிறேன். ஒரு இலக்கை அடைய இலட்சியம் மட்டுமே உன்னதமாக இருந்தால் போதாது. அதை அடையும் வழிமுறைகளும் உன்னதமாக இருக்க வேண்டும்.

புலம் பெயர்ந்த ஈழத் தமிழர்களின் இன்றைய நிலைமை எப்படி இருக்கிறது?

புலம் பெயர்ந்த ஈழ மக்கள் யாரும் ஒற்றைத் தன்மையைச் சார்ந்து வாழவில்லை. பதினைந்து வருடமாக பிரான்ஸில் நான் வசித்து வருகிறேன். அது பற்றி எனக்குத் தெரியும். பிரான்ஸை பொருத்தமட்டில் மிகக் கொடுமையான வேலை முறைகள். துன்பங்கள் துயரங்கள் நிறைந்த வாழ்க்கையைத்தான் நாங்கள் வாழ்ந்து கொண்டிருக்கிறோம். ஐரோப்பாவை பொருத்தளவில்

பெருவாரியான அடித்தள ஈழத் தமிழர்கள் பிரான்ஸில்தான் இருக்கிறார்கள். மேட்டுக்குடி ஈழத் தமிழனின் இலட்சியமோ லண்டன் கனடா போவதுதான். மேட்டுக்குடியினர் மத்தியில் நிலவும் ஒட்டுமொத்த மனநிலை இது. மீண்டும் தாயகம் திரும்பும் சாத்தியம் ஏற்பட்டால் அங்கு வடிவமைக்கப்பட்டிருக்கும் சமூக அமைப்பைப் பொருத்துத்தான் எங்களின் தாயகம் திரும்புதல் நிகழும். ஏனெனில் தேசிய உணர்ச்சியைவிட வயிறு வலிமையானது.

உங்களது பேச்சில் புலி எதிர்ப்பு மனோபாவம் மட்டுமே இருப்பதாகத் தெரிகிறதே?

ஈழத் தமிழ் மக்களின் பிரதான எதிரிகளாக இரட்டை எதிரிகள் இருக்கிறாரகள். புலிகளை விமர்சிப்பது போலவே சந்தர்ப்பம் கிட்டும் போதெல்லாம் இலங்கை சிங்கள அரசையும் எதிர்த்துப் பேசி வந்திருக்கிறேன். நீங்களே விடுதலைப் புலிகள் சிங்கள இனவெறி அரசு இரண்டில் எதை ஆதரிப்பீர்கள்? என்று ஒரு தட்டையான கேள்வியை என்னிடம் கேட்டீர்கள் என்றால் நான் நிச்சயம் புலிகளைத்தான் ஆதரிப்பேன்.

விடுதலைப்புலி ஆதரவாளர்களான ஈழக் கவிஞர் வ.ஐ.ச.ஜெயபாலன், வைகோ, பழ. நெடுமாறன், திருமாவளவன் போன்றோர் இலங்கைப் பிரச்சினையில் இந்தியா தலையிட வேண்டும் என்கிறார்களே?

ஈழத் தமிழனுக்கென்று தனித்த அடையாளங்கள் இருப்பதாக நான் நம்பவில்லை. ஈழம் என்பதே இந்தியாவின் இந்துக் கலாசாரக் காலனிதான். தென்கிழக்கு ஆசியாவின் பிராந்திய வல்லரசாக இந்தியா இருக்கிறது. அது சிறிய நாடுகளை எப்படிக் கொள்ளையடிக்கலாம் என்றே திட்டம்போடுகிறது. இலங்கைப் பிரச்சினையில் நாங்கள் இந்தியாவை நம்பவில்லை. ஆனால் இந்தியாவில் இருக்கிற உலகமயமாக்கலின் எதிர்ப்பு சக்திகள் சாதிய எதிர்ப்புச் சக்திகளின் உதவியைத்தான் நம்புகிறோம். புலிகளிடம் அரசியல் விலை போன நெடுமாறன், வை.கோபால்சாமியை எதிர்பார்த்து இல்லை எங்களின் விடுதலை. புலிகள் அமைப்பின் பிரதான நண்பரான திருமாவளவன் மீது மிகுந்த மரியாதை எனக்கு உண்டு. அரசியலில் அடிப்படை அறம் என்ற ஒன்று அவரிடம் இருப்பதாக நான் நம்புகிறேன். ஆனால் விடுதலைப் புலிகளிடம் அடிப்படை அரசியல் அறம் கூடக் கிடையாது. இவர்களை எல்.டி.டி.ஈ. பயன்படுத்திக்கொண்டிருக்கிறது.

வரலாற்றை மொழிவதற்கு தற்குறிகளுக்கும் உரிமையுள்ளது

நேர்காணல்: வெண்ணிலா,

புத்தகம் பேசுது, ஜனவரி, 2007

தமிழர் பண்பாடு என்று ஒன்று உண்டா?

பொது வெளிகளில் முழங்கப்பட் டுவரும் 'தமிழர் பண்பாட்டை' இதுவரையில் ஆதிக்க சக்திகள்தான் கட்டமைத்து வைத்திருக்கிறார்கள். அவர்கள் கட்டமைத்திருக்கும் தமிழர் பண்பாடு என்பது சாதிய ஆண்முதன்மைவாதப் பணபாடுதான். தமிழர்களுடைய வாழ்வியலில் வரலாறு, அரசியல், மொழி எனச் சகல தளங்களிலும் சாதியம் ஆழமாக ஊடுருவியிருக்கிறது. குடும்பம், அரசியல், மொழி, பாலியல் ஒழுக்கங்கள் என்ற அனைத்துப் பண்பாட்டுக் கூறுகளுக்கு எதிராகவும் நாம் ஒரு தலைகீழ் பண்பாட்டை நோக்கி நகர வேண்டியிருக்கிறது. இன்று தமிழர் பண்பாடு என்ற கற்பிதத்திற்கு எதிராகத் தலித் பண்பாடு முன்னிறுத்தப்படுவது போல தமிழர் பண்பாடு கட்டமைத்திருக்கும் குடும்பம் பாலியல் ஒழுக்கங்கள் என்ற எல்லாவற்றிற்கு எதிராகவும் நாம் மாற்றுப் பண்பாடுகளை நோக்கி நகர வேண்டும்.

கலாச்சாரம் என்ற வாரத்தையே பெண்களைச் சுட்டுகிற ஒன்றாகத்தானே உள்ளது?

ஆதிக்க சக்திகள் தங்கள் நலன்களுக்காகக் கட்டமைத்திருக்கும் இந்தச் சமூக அமைப்பை வெறுமனே சட்டங்களும் ஆயுதங்களும்

மட்டுமே காத்து நிற்பதில்லை. ஆண்கள் கட்டமைத்திருக்கும் இச்சமூக அமைப்பில் பெண்களை ஒடுக்குவதற்காகக் கட்டப்பட்ட பல்வேறு கற்பிதங்களில் கலாச்சாரம் என்பதும் ஓர் ஒடுக்குமுறைக் கருவியாக உள்ளது. அவர்கள் கட்டமைத்திருக்கும் கலாச்சார நெறிகளால் பெண்கள், தலித்துகள், திருநங்கைகள் எனச் சகல விளிம்பு நிலைகளுமே ஒடுக்கப்பட்டுக் கொண்டிருக்கின்றன.

புலம் பெயர்ந்த தமிழர்களுக்கான அடையாளங்கள் என்னென்ன?

புலம்பெயர்ந்த தமிழர்களுடைய நிலைகள் ஒருபடித்தானவையல்ல. புலம் பெயர்ந்த தமிழர்கள் தாங்கள் வாழும் வெவ்வேறு நாடுகளின் பிரத்தியேகச் சுழல்களிற்கு ஏற்ப வெவ்வேறு வகையான நிலைகளை எதிர்கொள்கிறார்கள். பிரான்ஸில் வாழும் ஈழத் தமிழர்களில் உங்களுடைய கேள்வியைப் பொருத்திப் பார்த்தால் பிரான்சுக்குப் புலம் பெயர்ந்த அகதித் தமிழன் யாழ்ப்பாணத் திலிருந்து சாதியத்தையும் கலாச்சாரத்தையும் தன்னோடு சேர்த்துப் பெயர்த்து எடுத்துக் கொண்டே போனான். அவன் புலம் பெயர் சூழலிலும் சாதிய மனிதனாகத்தான் வாழ்கிறான். தமிழன், கறுப்பன், அகதி என்ற அடையாளங்கள் எல்லாம் அவனுக்கு இரண்டாவது மூன்றாவது அடையாளங்கள்தான். அவன் தன் முதன்மை அடையாளமாகச் சாதியைத்தான் உணர்கிறான். அவன் தேவைகளுக்கு ஏற்ப 'தமிழன்' என்ற அடையாளத்தைத் தூக்கி எறியவும் வேண்டியபோது எடுத்துப் பொருத்திக் கொள்ளவும் தயங்குவதில்லை. ஆனால் ஓர் ஆதிக்க சாதித் தமிழன் எந்த நிலையிலும் தன் சாதிய அடையாளத்தை விட்டுக் கொடுப்பதே யில்லை.

பிரான்ஸில் நிகழும் நிறவாதத்துக்கு, இனவாதத்துக்கு, ஏகாதிபத்தியத்துக்கு எதிரான போராட்டங்களில் ஒருசில உதிரிகளைத் தவிர்த்து ஈழத் தமிழர்களின் அமைப்புகள் எவையும் பங்கெடுப்பதில்லை. அண்மையில் நடந்த லெபனான் மீதான இஸ்ரேலின் தாக்குதல், சதாம் உசேனின் படுகொலை போன்றவற்றுக்கு எதிரான கிளர்ச்சிகளிலும் ஆர்ப்பாட்டங்களிலும் கூடக் கலந்து கொள்ளாத தமிழர்களுடைய அமைப்புகள் இவை குறித்துத் தமது ஊடகங்களில் செய்திகள் என்பதற்கு மேலாக வேறெந்த முக்கியத்துவத்தையும் கொடுப்பதில்லை.

அதே வேளையில் புலம் பெயர்ந்த தமிழர்களும் அவர்களுடைய அமைப்புகளும் ஈழத்து அரசியலில் அதீத ஈடுபாட்டுடன்

இருக்கிறார்கள். புலம் பெயர்ந்த தமிழர்களின் அரசியல் சார்ந்த அமைப்புகள், கோவில்கள், கல்வி நிலையங்கள், விளையாட்டுக் கழகங்கள், ஊடகங்கள் என எல்லாமே விடுதலைப் புலிகளின் நேரடிக் கட்டுப்பாட்டுக்குள் இருப்பதால் அவை எப்போதுமே ஈழத்து அரசியல் சார்ந்தே இயங்குகின்றன. இன்றைய ஈழத் தமிழ்த் தேசியவாதம் புலம் பெயர்ந்த தமிழனையும் கூட நாளுக்கு நாள் உருமாற்றிக் கொண்டேயிருக்கிறது.

இதை நான் இங்கே பெருமையுடன் பதிவு செய்யவில்லை. வருத்தத்துடனேயே பதிவு செய்கிறேன். ஏனெனில் ஈழத் தமிழ்த் தேசியவாதம் இன்று பாஸிசத்திற்கு மிக அருகிலான நிலையை வந்தடைந்திருக்கிறது என்றே நான் கருதுகிறேன்.

இந்தியச் சாதிய முறைக்கும் இலங்கைச் சாதிய முறைக்கும் வேறுபாடுகள் உள்ளனவா?

இந்தியாவிற்குள் கூடவே வெவ்வேறு பிரதேசங்களில் தொழிற்படும் சாதிய முறைமைகளுக்குள் சிற்சில வேறுபாடுகள் உள்ளனவல்லவா. அதேபோல் ஈழத்துச் சாதியச் சூழலும் சில விடயங்களில் மட்டும் இந்தியாவிலிருந்து வேறுபட்டுள்ளது. இந்தச் சின்னச் சின்ன வித்தியாசங்களைத் தவிர்த்துவிட்டால் மற்றெல்லா முக்கியமான சாதியக் கூறுகளிலும் அடிப்படைகளிலும் ஈழத்துச் சாதிய முறைமை இந்தியாவை ஒத்தேயுள்ளது. ஈழத்தின் வடக்குக் கிழக்குப் பகுதிகள் இந்தியாவின் கலாச்சாரக் காலனிகள்தான். இதைப் பேராசிரியர் கா. சிவத்தம்பி போன்ற அறிவுத்துறையினரில் சிலர் வெவ்வேறு தருணங்களில் மறுத்தே வருகிறார்கள். ஆனால் வரலாற்றை மொழிவதற்கு பேராசிரியர்களுக்கு மட்டுமல்ல தற்குறிகளுக்கும் உரிமையுள்ளது.

ஈழத்தில் பாரப்பனர்கள் நேரடி ஆதிக்க சக்திகள் அல்ல. அங்கே வெள்ளாளர்களே நேரடி ஆதிக்க சக்திகள். ஆனால் சாதிய முறைமை என்பதே பார்ப்பனியத்தால் வடிவமைக்கப்பட்டதுதானே. சுருக்கிச் சொன்னால் ஈழத்தில் வெள்ளாளர்கள் பார்ப்பனியத்தைக் காவித் திரிகிறார்கள் எனலாம். என்னைப் பொருத்தவரையில் சாதிய முறைமைகளில் ஈழத்துக்கும் இந்தியாவுக்கும் உள்ள முக்கிய வேறுபாடாக இடஒதுக்கீடுதான் உள்ளது. அதாவது இங்கே ஒடுக்கப்பட்டவர்களுக்கான சில உரிமைகள் இடஒதுக்கீடுகளின் பெயரால் வழங்கப்பட்டுள்ளன. ஆனால் எங்களிடையே ஒரு அம்பேத்கரோ பெரியாரோ இருக்கவில்லை. 1945லேயே

தலித்துகளின் அமைப்பான 'சிறுபான்மைத் தமிழர் மகாசபை' கல்வியிலும் சமூக நிறுவனங்களிலும் தேர்தல் தொகுதிகளிலும் தலித்துகளுக்கான இடஒதுக்கீடுகளைக் கோரித் தீர்மானம் நிறைவேற்றிய போதும் இன்றுவரை அந்த உரிமைகளை வென்றெடுக்கவே முடியவில்லை. இடஒதுக்கீடு என்ற சமூக நீதி அங்கே தலித்துகளுக்கு மறுக்கப்பட்டே வருகிறது. இன்று ஈழத் தமிழர்கள் வாழும் பெரும்பான்மையான பிரதேசங்களைத் தமது கட்டுப்பாட்டில் வைத்திருந்து 'சிவில்' நிர்வாகத்தை நடத்தி வரும் புலிகள்கூட இந்த விசயங்களில் அநீதிகளை இழைத்துக் கொண்டிருக்கிறார்கள். அவர்களின் அரசியல் நிகழ்ச்சி நிரலில் தலித்துகளுக்கான இடஒதுக்கீடுக்கு இடமேயில்லை. இலங்கையின் பாராளுமன்றத்தின் முழு வரலாற்றிலுமே இதுவரை மூன்று தலித்துகள்தான் எம்.பி.க்களாக இருந்துள்ளார்கள். ஒருவர் எழுபதுகளில் பொதுவுடைமைக் கட்சியால் நியமனப் பாராளுமன்ற உறுப்பினர் ஆக்கப்பட்ட எம்.சி. சுப்பிரமணியம். அடுத்து 1977 தேர்தலில் வென்று பாராளுமன்றம் சென்ற டி. இராசலிங்கம். இன்று சிவநேசன் பாராளுமன்ற உறுப்பினராயிருக்கிறார். ஈழத் தமிழர்களில் மூன்றில் ஒரு பங்கினராகத் தலித்துகள் உள்ளனர். ஆனால் இன்றிருக்கும் இருபத்து மூன்று தமிழ்ப் பாராளுமன்ற உறுப்பினர்களில் சிவநேசன் என்ற ஒரேயொருவர்தான் தலித்தாக உள்ளார்.

இன்றும் ஈழத்துக் கிராமங்களிலும் அகதி முகாம்களிலும் தொடரும் தீண்டாமைக் கொடுமைக்கு எதிராகவும் இட ஒதுக்கீடு உரிமைகளுக்காகவும் போராடுவதற்குத் தலித் மக்களிடையே ஒரு அரசியல் அமைப்புக் கிடையாது. தமிழ்த் தேசியத்தின் பெயரால் ஈழத்தில் புலிகளைத் தவிர அனைத்து அரசியல் அமைப்புகளும் புலிகளால் தடை செய்யப்பட்டுள்ளன. ஆகவேதான் இனவிடுதலை அரசியலுக்கு நேராகத் தலித் அரசியலை முன்நிறுத்த வேண்டும் எனச் சொல்லி வருகிறோம்.

யுத்த பூமியில் மரபு சார்ந்த கலாச்சார வாழ்க்கை இலங்கையில் சாத்தியமாகியுள்ளதா?

அதிலென்ன சந்தேகம். மரபுகலாச்சாரம் என்பதெல்லாம் ஈழத்தில் சாதியம் சார்ந்துதான் என்று சொன்னேன். மரபை மீறுவது என்பது சாதியத்தை மீறுவதற்கான தொடக்கப் புள்ளியாக அமைந்துவிடும். ஆண் வயப்படுத்தப்பட்ட சமூக அமைப்பை மீறுவதற்கான தொடக்கப் புள்ளியாக அமைந்துவிடும். இது

குறித்து ஆதிக்க சக்திகள் எப்போதும் எச்சரிக்கையுடனேயே செயற்பட்டு வருகிறார்கள். அவர்கள் மரபுகள், கலாச்சாரங்கள் என்ற போர்வைகளில் மிக நுட்பமாகச் சாதியத்தையும் பெண் அடிமைத்தனத்தையும் இன்னபிற சமூக இழிவுகளையும் பாதுகாத்து வருகிறார்கள். தமிழீழத்துக்கான யுத்தத்துக்கு முப்பது வருட வரலாறுதான்! ஆனால் சாதியத்திற்கு ஈழத்தில் பத்து நூற்றாண்டு கால வரலாற்றுத் தொடர்ச்சியுள்ளது.

புலம்பெயர் இலக்கியமல்ல,
புலம்பெயர் இலக்கியங்கள் தான் உண்டு

நேர்காணல்: அயன்புரம் ராஜேந்திரன், நீலகண்டன்,
புதிய கோடாங்கி, மார்ச் 2002

புலம் பெயர் சூழலில் தலித் இலக்கியம், தலித் அரசியல் முதலியவற்றில் அக்கறை காட்டியவர்கள் 'இருள்வெளி' குழுவினர். புலம் பெயர் எழுத்துகள் மட்டுமின்றித் தமிழகத் தலித் எழுத்தாளர்கள் பலரின் எழுத்துகளையும் உள்ளடக்கிய 'இருள்வெளி', 'சனதரும போதினி' என்கிற இரு தொகுப்புகளையும் கொண்டு வந்தவர்கள் இவர்களே. தலித் இதழ்களை, எழுத்துகளை அறிமுகம் செய்வதில் முன்னிற்கும் இக்குழுவினரில் ஒருவரான எழுத்தாளர் ஷோபாசக்தி சென்ற மாதம் தமிழகம் வந்திருந்தார். தற்போது தமிழில் பெரிதும் விவாதிக்கப்படுகிற 'கொரில்லா' என்னும் நாவலின் ஆசிரியரான இவர் 'புதிய கோடாங்கி' இதழுக்காக அளித்த பேட்டி.

ஷோபாசக்தி என்ற பெயர் ரொம்பவும் வேடிக்கையாக இருக்கிறது. ஒரு தீவிர இலக்கியவாதியின் பெயர் போலவே இல்லை. நீங்கள் ஒரு புனைபெயரை தேர்வு செய்ய வேண்டிய நிலை வந்த போது ஏன் இந்தப் பெயரைத் தேர்வு செய்தீர்கள்?

எனது பூர்வாசிரம புனைபெயர் 'சிவசக்தி' ஆகும். இது என் அம்மாவுடைய தோழியின் பெயர். ஈழத்திலே எங்களது குடும்பம்

மிகவும் வறியது. வறுமைக் கோட்டுக்கு கீழே என்று கூட சொல்ல முடியாது. எங்கள் குடும்பத்திலிருந்து பார்த்தால் வறுமைக்கோடே தெரியாது. அவ்வளவு கீழே இருந்தோம். அப்போது எனது படிப்புச் செலவுகளை ஏற்று என்னைப் பத்தாவது வரை படிக்க வைத்தவர் அம்மாவின் தோழியே. அவர்தான் சில மெலிதான மாற்றங்களுடன் எனது 'கொரில்லா' நாவலில் ஜெயசீலியாக வருபவர். 1983இல் நான் பத்தாவது படித்துக் கொண்டிருந்தபோது தான் ஈழத்தில் மிகப் பெரிய அரசியல் எழுச்சி உருக்கொண்டது. அத்தோடு என் படிப்பும் நின்று போயிற்று. பின்னர் நான் எழுத ஆரம்பித்த போது 'சிவசக்தி' என்ற பெயரைத் தெரிவு செய்தேன். கடைசியாக 1996இல் 'ஈழமுரசு' பத்திரிகையில் 'சோவியத் யூனியனின் சினிமாவும் சில்க் ஸ்மிதாவின் முகங்களும்' என்ற கட்டுரையை சிவசக்தி என்ற பெயரில் எழுதியிருந்தேன். அது நான் 'நான்காம் அகிலம்' என்ற ட்ராஸ்கிய கட்சிக்கு இணக்கமாக பணி செய்து வந்த காலம். அக்கட்டுரையால் கட்சித் தோழர்களுடன் ஒரு முறுகல் நிலை உருவாகியிருக்க, நாயும் வர உறியும் அறுந்து விழுந்தது போல எமது கட்சியின் இலங்கைப் பிரிவான 'புரட்சி கம்யூனிஸ்ட் கழகத்'தின் தலைவர் விஜே டயஸ் ஐரோப்பாவிற்கு வந்திருந்தார். ஒரு விவாத இரவில் 'நிரந்தரப் புரட்சித் தத்துவத்'தால் என்னைத் தாக்கிய தோழர்களிடம், இறுதியில் நிபந்தனையற்ற சரணாகதி அடைந்து 'சிவசக்தி செத்துவிட்டான்' என அறிவித்தேன். நான் நினைக்கிறேன் அநேகமாக 1953 ஹர்த்தாலுக்குப் பின்னாக நமது கட்சி பெற்றுக் கொண்ட ஆகப் பெரிய வெற்றி இந்தச் சம்பவமாகத் தானிருக்கும். பின் ஒரு நாளில் கட்சியோடு தொடர்புகளை அறுத்துக் கொண்டு வந்து மீண்டும் எழுத ஆரம்பித்த போது எனக்கு புதியதொரு புனைபெயர் தேவைப்பட்டது. நமது கலை இலக்கியப் போக்கில் கம்பதாசன், பாரதிதாசன், சுப்புரத்தினதாசன் சுரதா என ஆரம்பித்து இன்றைய ஜெயமோகனதாசன் வரை வந்திருப்பதை அறிவீர்கள். நான் யாருக்கு தாசனாகலாம் என ஆய்ந்தபோது தனது கலை ஆளுமையால் என்னைச் சொக்க வைத்து இன்றும் 'அழியாத கோலங்களா'ய்க் கிடக்கும் ஷோபாவைப் பற்றிக்கொண்டேன். ஷோபா பாதி, சிவசக்தி பாதி கலந்து செய்த கலவை நான்.

இது மாதிரி ஒரு நடிகையின் பெயரை வைத்திருப்பதால் ஏதாவது விமர்சனங்களை எதிர்கொண்டிருக்கிறீர்களா?

நடிகையின் பெயரை வைத்துக் கொள்வதை ஏன்

விமர்சிக்க வேண்டும். நமது படா படா எழுத்தாளர்கள் கூடத் தான் நடிக்கிறார்கள். உடனடியாக ஞாபகம் வருபவர்களில் அசோகமித்திரன் சினிமாவில் நடித்திருக்கிறார். கே.ஏ. குணசேகரன் நடிக்கிறார். மு.ராமசாமியும், எம்.ஜி.சுரேசும் நடிக்கிறார்கள். இவர்களை விடத் திறம்பட நடித்திருக்கும் 'ஊர்வசி' ஷோபாவின் பெயரை நான் வைத்திருப்பதில் விமர்சிக்க என்ன இருக்கிறது.

புலம் பெயர் இலக்கியத்தின் போக்கு எப்படியிருக்கிறது?

1960களில் எமில் சௌந்தரநாயகம் என்றொரு 'யாழ்ப்பாணத்தான்' அய்ரோப்பாவில் வாழ்ந்தார். இவர் இலண்டனிலிருந்த நாலு கோடீஸ்வரர்களை யாழ்ப்பாணத்துக்கு அழைத்து வந்து யாழ்ப்பாணத்தின் அருகாமையிலுள்ள ஏழு தீவுகளுக்கும் தானே சக்கரவர்த்தி என சொல்லி அந்த நான்கு வெள்ளையர்களையும் நம்பப் பண்ணி ஏழு தீவுகளையும் அவர்களிற்கு விற்று விடுவதாகக் கூறி பணத்தை வாங்கி ஏமாற்றினார். அதற்கு அடுத்தாக யாழ்ப்பாணத்தார் செய்யும் 'இண்டர்நேஷனல்' ஏமாற்று மோசடி வேலை என்று ஒன்று உண்டென்றால் அதுதான் புலம் பெயர் இலக்கியம்.

புலம் பெயர் இலக்கியந்தான் தமிழின் சாதனை இலக்கியமாக வரும் என்கிறார்களே?

புலம் பெயர்வதால் அகதி அட்டை வரும், குளிர் வரும், இளமையிலேயே தலையில் வழுக்கை வரும், கொஞ்சம் அசந்தால் நாடு கடத்தல் உத்தரவு வரும். ஆனால் சாதனை இலக்கியமும் வரும் என்று பேசுவது எந்த நியாயத்தில் சேர்த்தி? புலம் பெயர்ந்த அகதிகளிடையே தடித்த வெள்ளாளனும் இருக்கிறான், ஒடுக்கப்பட்ட தலித்தும் இருக்கிறான். ஆணும் இருக்கிறான், பெண்ணும் இருக்கிறாள். படித்துக் கிழித்த வர்க்கமும் இருக்கிறது, படிக்காமலே கிழிக்கும் வர்க்கமும் இருக்கிறது. ஸ்தூலமான முதலாளிய சிந்தனையுடனும், உதிரிப் பாட்டாளி வர்க்க சிந்தனையுடனும் அகதி மனிதர்கள் முரணாய்க் கிடக்கிறார்கள். தமிழ்த் தேசியத்தை உயர்த்திப் பிடிக்கும் எழுத்தாளனும் இருக்கிறான், தமிழ் அடையாளத்தையே மறுத்து எழுதிக் கொண்டிருப்பவளும் இருக்கிறாள். இத்தனை சில்லம் சில்லமான கண்ணிகளிடையே இருந்து கட்டப்படும் பிரதிகளை, ஒடுக்குபவனுடைய இலக்கியத்தையும் ஒடுக்கப்படுபவளது இலக்கியத்தையும் புலம் பெயர் இலக்கியம் என்ற ஒற்றைச் சட்டகத்துள் அடக்கி விடுவது மகா தவறு. இன்று புலம் பெயர்

தமிழ் ஊடகங்கள் பெரும்பாலும் இந்து வெள்ளாள ஆண்களின் கையிலேயே இருக்கிறது. சிறு பத்திரிகைகளில் கூட பெரும்பாலும் அவர்களின் நாட்டாமையே நடக்கிறது. புலம் பெயர் இலக்கியத்தின் தொண்ணூறு வீதமான எழுத்தாளர்கள் தேசியவாதத்துள்ளும், அறியப்பட்ட வறட்டு மற்றும் 'சும்மா' மார்க்சியத்தினுள்ளும் மூழ்கிக் கிடக்கிறார்கள். ஈழத் தமிழர்கள் முதலில் ஒரு சாதியச் சமூகம், அதற்கு அடுத்ததே வர்க்கச் சமூகம் என்ற பிரக்ஞை இவர்களிடம் இயங்குவதில்லை. முக்கியமாக தாங்கள் ஒடுக்கும் சாதியில் பிறந்தவர்கள் என்ற குற்ற உணர்வே இவர்களிடம் துண்டறக் கிடையாது. நான் திரும்பவும் திரும்பவும் சளைக்காமலும் ஓயாமலும் ஒரு சின்னத் தனத்தை சுட்டிக்காட்ட விரும்புகிறேன். நாங்கள் தமிழ் பத்திரிகைகளில் சாதிய விளம்பரங்கள் இடம்பெறக் கூடாது என்றொரு தீர்மானத்தை நிறைவேற்றியிருந்தோம். அந்தச் சாதியம் காப்பாற்றும் பத்திரிகைகளை இன்று வரை நிராகரிக்கிறோம். இந்தத் தீர்மானத்தை 'சரிநிகரை'த் தவிர்த்த வேறெந்த மாற்றுப் பத்திரிகைகளும் கவனிக்கவில்லை. புகலிடத்தின் பெரும்பாலான வெள்ளாள எழுத்தாள மசிர்களும் கவனிக்கவில்லை. ஏற்றுக்கொள்ளவில்லை. ஆனால் வருசத்துக்கு ஒரு முறை சித்திரைப் புத்தாண்டில் லண்டன் பத்மநாபன் என்ற சாதித்திமிரெடுத்த பார்ப்பான் வெளியிடும் மலரில் மட்டுமே இவர்களின் மௌனம் கலையும். இன்று வரை தன் சாதிப்பட்டத்தை துறக்கவோ தன் சாதி பற்றிய குற்ற உணர்வோ இல்லாமல் சாதி அரிப்பெடுத்து அவர் பூணுலால் முதுகு சொறிய இவர்களும் சேர்ந்து சொறிகிறார்கள். இவர்களா சாதனை இலக்கியம் படைக்கப் போகிறார்கள்? இவர்கள் இந்துத்துவ வெள்ளாள ஆணாதிக்க இலக்கியம்தான் எழுதுவார்கள். இந்தச் சூழலில் தான் நமது ஜெர்மனி தேவாவும், கலாமோகனும், சுகனும் அருந்ததியும், தேவதாசும் மோதி நிற்க வேண்டியிருக்கிறது. இவர்கள்கூட இவர்களின் சாதி எதிர்ப்பு எழுத்துக்களாலும் மறுத்தோடிக் குரல்களாலும் தான் முக்கியத்துவம் பெறுகிறார்களே ஒழிய புலம் பெயர்ந்ததால் அல்ல. நம்முடைய நோக்கமெல்லாம் புகலிடத்தில் தலித் இலக்கியம், தீவிரப் பெண்ணிய இலக்கியம், விளிம்பு நிலை இலக்கியம் போன்றவற்றின் இடத்துக்காக போராடுவதே ஒழிய புலம் பெயர் இலக்கியம் என்ற ஒற்றை அடையாளத்துள் அடங்கிப் போய் விடுவதல்ல.

தமிழ் நாட்டுச் சூழலில் நீண்ட காலங்களாகவே போர் போன்ற அனுபவங்கள்

இல்லை. ஆனால் நீங்கள் போரால் புலம் பெயர்ந்திருக்கிறீர்கள். அதன் விளைவாக நல்ல இலக்கியங்கள் கிடைக்குமென நாங்கள் எதிர்பார்த்திருக்கிறோம். அதற்கான சாத்தியக் கூறுகள் இல்லையா?

இதே போன்றவொரு கருத்தைத்தான் அண்மையில் சுஜாதாவும் 'கற்றதும் பெற்றதும்' என கூறியிருக்கிறார். தமிழகத்தில் போர் இல்லையாம், அதனால் நல்ல கவிதைகள் பிறக்காதாம். உண்மையிலே தமிழகத்தில் போர்கள் நடந்து கொண்டிருக்கவில்லையா? வெண்மணியும், கொடியன்குளமும், தாமிரபரணியும் ஒடுக்கப்பட்டவர்கள் மீது தொடுக்கப்பட்ட போர் இல்லையா? இரண்டாயிரம் வருடங்களாக இந்த யுத்தம் தொடுக்கப்பட்டுள்ளதே! தினம் தோறும் நடைபெறும் காவல் நிலைய பாலியல் வல்லுறவுகள் என்ன? இலட்சக்கணக்கான குழந்தைகள் கட்டாய உழைப்பில் ஈடுபடுத்தப்பட்டிருக்கிறார்களே அது குழந்தைகள் மேல் தொடுக்கப்பட்ட யுத்தம் இல்லையா? தர்மபுரிப் படுகொலைகளும், இன்று முஸ்லீம்கள் மீது ஏவி விடப்பட்டிருக்கும் போலீஸ் அராஜகமும் தடாவும் பொடாவும் போர் இன்றி வேறென்ன? இவையெல்லாம் நிராயுத பாணிகள் மேல் தொடுக்கப்பட்டுள்ள யுத்தங்கள் தானே. இந்தப் போரின் பகைப்புலத்தில் முகிழ்த்தவை தானே பூமணியின் வெக்கையும் பாமாவின் கருக்கும் வேறு பலவும். இவை இலக்கியங்கள் இல்லையா?

சரி, உங்களின் கேள்விக்கு வருவோம். போரினாலே ஈழத் தமிழர்கள் நாடிழந்தார்கள், உயிரிழந்தார்கள் என்பதெல்லாம் சரி, ஆனால் இவர்கள் எப்போது உயிரிலும் மேலாகத் தாம் கட்டிக்காத்து வரும் சாதி அபிமானத்தை விட்டுத் தொலைக்கிறார்களோ, எப்போது பொதுத் தமிழ்ப் பண்பாட்டை தூக்கிபோட்டு உடைக்கிறார்களோ, எப்போது நமது ஒதுக்கவாத பாலியல் மதிப்பீடுகளை கைவிடுகிறார்களோ அப்போதுதான், போர் நடந்தாலென்ன நடக்காவிட்டாலென்ன புலம் பெயர்ந்தாலென்ன பெயராவிட்டால் தான் என்ன 'ஆமான' இலக்கியம் எழுத முடியும்.

ஈழத்திலே இப்போது நடந்து கொண்டிருக்கும் விடுதலைப் போரினால் அங்கே சாதி ஒடுக்குமுறை அற்றுப் போய்விட்டது என இங்கு ஒரு கருத்து பரப்பப்படுகிறதே?

இருபது வருடங்களுக்கு மேலாக தமிழ் பேசும் மக்கள்

மீது இலங்கைப் பேரினவாத அரசு தொடுத்துவரும் யுத்தத்தால் இப்போது கிராமங்கள் என்ற நிலவியல் சமூகவியல் அமைப்பே பெரும்பாலும் குலைந்து போயுள்ளது. நாளுக்கு நாள் மக்கள் நாட்டுக்குள்ளேயே தீவு - நாடு வன்னி - மன்னார் என்று புலம்பெயர்ந்து அகதிகளாக அலைகிறார்கள். இதனால் சாதி அமைப்பில் சற்று நெகிழ்வு ஏற்பட்டிருக்கிறது. அதாவது இயல்பு வாழ்க்கை பாதிக்கப்பட்டிருப்பதால் இப்படி பல கலாச்சாரக் கட்டுமானங்கள் சற்றே நெகிழ்ந்துள்ளன. ஆனால் சாதி ஒழிப்பில் புலிகள் ஈடுபட்டிருக்கிறார்கள் எனக் கூறுவது சரியாகாது. ஒரு வெறும் 'வன்கொடுமைச் சட்டம்' எதைச் சாதித்து விடும். இந்தியாவில் கூடத்தான் 'சாதி வன்கொடுமைச் சட்டம்' உள்ளது. அது எதைச் சாதித்துள்ளது? புலிகள் பண்பாட்டுத் தளத்தில் என்ன செய்கிறார்கள்? இந்து மதத்தைக் குழி தோண்டிப் புதைக்காமல் சாதி ஒழியுமா? புலிகள் தங்கள் கட்டுப்பாட்டுப் பிரதேசங்களில் உள்ள கல்வி நிலையங்களிலும் வேலைத் தளங்களிலும் தலித்துக்களுக்கான இட ஒதுக்கீடுகளை வழங்கத் தயாரா? இன்று புலிகளின் கட்டுப்பாட்டின் கீழுள்ள லப்பா சிப்பாக் கட்சிகளை பாராளுமன்றத்தில் தலித்துக்களுக்கான தனித் தொகுதிகளை வழங்கக் கேட்டுப் போராடுமாறு அறிவுறுத்துவார்களா? இந்து மதத்தை ஒழிப்பதற்குப் பதிலாய் அதைத் தழைத்தோங்கச் செய்யும் முயற்சியிலல்லவா புலிகள் ஈடுபட்டிருக்கிறார்கள். அகதியாய் ஆறாயிரம் மைல்களுக்கு அப்பால் ஓடினால் கூட இந்தச் சனியன் விடாமல் துரத்துகிறது. பிரான்ஸின் தலைநகர் பாரிஸில் புலிகள் மேன்மை கொள் சைவ நீதியை உலகெல்லாம் விளங்கப் பண்ண ஒரு முத்துமாரியம்மன் கோவில் கட்டி கோவில் முதலாளிகளாய் இருந்தால் எப்படி இந்து மதம் ஒழியும்? இந்து மதத்தின் கருத்தியலான சாதி எப்படி ஒழியும்? தங்களுடைய கோவிலிலாவது குறைந்த பட்சம் ஒரு தலித் பூசாரியைக் கொண்டு பூசை நடத்தப் புலிகள் தயாரில்லையே. இவர்கள் எப்படிச் சாதியை ஒழிக்கப் போகிறார்கள்? ஈழத்திலே இயல்பு நிலை திரும்பினால் மறுபடியும் நெகிழ்வுகள் கெட்டி தட்டும். அப்போது நீறு பூத்திருக்கும் சாதி நெருப்பாகும். இன்று கூட ஈழத்தில் சாதிய மோதல்கள் அங்கொன்றும் இங்கொன்றுமாய் நிகழ்வதை மறந்து விடக்கூடாது. தமிழீழ விடுதலைப் போராட்டம் உக்கிரம் கெண்டிருந்த வேளையில்தான் யாழ்ப்பாணத்து வெள்ளாளர்கள் ஈ.பி.ஆர்.எல்.எப். என்ற இயக்கத்தை ஈழம் - பள்ளர் ஆர்.எல்.எப். என்று விரித்தழைத்தார்கள் என்பதையும் மறக்கக்கூடாது. யுத்தச்

சூழலிலிருந்து, தமிழீழப் போராட்டத்தால் புடம் போடப்பட்ட இவர்கள் தான் வெள்ளாள சிவந்த பெண் தேடி தினப் பத்திரிகைகளில் விளம்பரம் கொடுத்துக் கொண்டிருக்கிறார்கள்.

ஈழத்திலே என்னென்ன சாதிகள் உள்ளன?

பள்ளர், பறையர், நளவர், சக்கிலியர், துரும்பர் இவை தலித்துக்களிடையே உள்ள முக்கிய சாதிப் பிரிவுகள். வெள்ளாளர், கரையர் மட்டக் களப்பிலே முக்குவர் ஆதிக்க சாதிப் பிரிவுகள். இவை தவிர சாண்டார், மடப்பள்ளி, வேளாளர், கோவியர், கைக்குளர், கொல்லர், வடுகர், தட்டார், தச்சர், திமிலர், பரவர், சாணார், பண்டாரம், வண்ணார், கடையர், அம்பட்டர் போன்ற சாதிகளும் உள்ளன.

விடுதலைப் புலிகளின் தலைவர் ஒரு தலித் என்று 'தலித் முரசு' பத்திரிகையில் பழ.நெடுமாறன் குறிப்பிட்டிருந்தார். அவர் எந்த தலித் சாதியைச் சேர்ந்தவர்?

விடுதலைப் புலிகளின் தலைவர் ஒரு தலித் கிடையாது. அவர் கரையார் என்ற ஆதிக்க சாதியில் பிறந்தவர். ஈழத்திலே முதன்மை ஆதிக்க சாதியான வெள்ளாளருக்கு அடுத்த நிலையில் உள்ளவர்கள் கரையார்களே. பெரும்பாலான யாழ்ப்பாணத்துக் கரையோரப் பிரதேசங்களில் இவர்களே முதன்மை ஆதிக்க சாதியினர்.

ஈழத்திலே பார்ப்பனர்கள் ஆதிக்க சாதி இல்லையா?

நேரடியாக இல்லை. ஆனால் இந்து சமூகத்தின் சாதியப் படிநிலையில் பார்ப்பனர்கள் சாதிய மேலடுக்கில் உள்ளவர்கள் மட்டுமல்ல. சாதியமே அவர்களால் வளர்த்தெடுக்கப்பட்ட கருத்தியல்தானே. அந்த வகையில் ஈழத்தில் கோலோச்சுவதும் பார்ப்பனியக் கலாச்சாரமே. அக்கலாச்சாரத்தைக் காவிச் செல்பவர்கள் வெள்ளாளர்கள், கரையார்கள்.

பார்ப்பன ஆதிக்கமே இல்லாத சூழலில் பார்ப்பனியம் என்று எப்படி அழைக்கலாம்?

ஈழம் எங்கேயோ ஆப்பிரிக்கா கண்டத்தில் இல்லை. இந்தியாவின் கீழே கூப்பிடு தொலைவில் தொங்கிக்கொண்டுள்ளது. மொழி, பண்பாடு, இதிகாசம், இலக்கியம், புராணம், பூசை, புனஸ்காரம், வேதம் எல்லாமே இந்தியாவிலிருந்து அங்கே வந்தவைதான். சாதியக் கலாச்சாரமும் இந்தியாவிலிருந்துதான் இறக்கப்பட்டது. சாதியக் கலாச்சாரம் பார்ப்பனியத்தின் விளைவுதானே.

புகலிடத்தில் தலித் எழுச்சி எவ்விதம் பிரதிபலிக்கிறது?

தமிழகத்தில் நடைபெற்ற தலித் எழுச்சி மெல்லப் புகலிடத்துக்கும் பரவிற்று. இன்றுபுலம் பெயர் தமிழ் அறிவுப் புலத்தில் தலித்தியம் தனது கலகக் குரல்களை எழுப்புகிறது. தலித் இலக்கியம், தலித் பெண்ணியம் போன்ற கருத்தாக்கங்கள் எதிர்ப்புகளை வெற்றிகொண்டு நிறுவப்பட்டு விட்டன. அதைத் தக்க வைத்துக் கொள்ள இடைவிடாமல் இயங்குகின்றன. தொடக்கத்தில் 'தலித் முரசு' இதழ்களை எமது தோழர்கள்தான் இங்கு வாங்கி விநியோகித்தனர். சுமார் 25 பிரதிகள் வரை விநியோகித்தோம். இப்போது புத்தக விற்பனை நிலையங்களிலேயே அவற்றைப் பெற்றுக் கொள்ளும் நிலை ஏற்பட்டுள்ளது. 'புதிய கோடாங்கி' முதலிய தலித் இதழ்களுக்கு நேரடியாக சந்தாதாரர்களும் உள்ளனர்.

தலித்தியத்துக்கு என்ன வகையாக அறிவுப் புலங்களில் எதிர்ப்புக் கிளம்பியது?

என்னத்தைக் கிளப்பப் போறான்கள்... முதலில் தலித்தியம் வர்க்கப் போராட்டத்துக்கு எதிரானது என்றார்கள். தமிழ் விடுதலைப் போராட்ட வேளையிலே தமிழர்களை தலித்தியம் கூறு போட்டுவிடும் என்றார்கள். பின் குறுங்குழு வாதம் என்றார்கள். இப்போது ஒன்றும் செய்யப் பாதையில்லாமல் இது தமிழகத்தில் அ.மார்க்சிடம் கடன் வாங்கிய தத்துவம். இது ஈழத்துக்கு செல்லுபடியாகாது. ஈழத்து சாதி அமைப்பு வேறு வகையானது. அதற்கு இடதுசாரிகளின் சாதி எதிர்ப்பு வழி முறைகளே தோதானது என நொட்டுகிறார்கள். இந்த இடது சாரி வழி எதிர்ப்புப் போராட்டமே ஈழத்துக்கு சரியானது என்று இதுவரை புகலிடத்தில் எந்தவொரு தலித்தும் பேசியதாகவோ எழுதியதாகவோ நான் அறியேன்.

அது என்ன இடது சாரி வழி எதிர்ப்புப் போராட்டம்?

1960களில் ஈழத்தில் இடது சாரிகளின் தலைமையில் சாதி எதிர்ப்புப் போராட்டம் நிகழ்ந்தது. இடது சாரித் தலைமைத்துவத்திலிருந்தவர்கள் - இவர்களில் முக்காலே மூணு வீசம் வெள்ளாளர்கள் - வர்க்கப் போராட்டத்தின் ஊடாகத்தான் சாதிப் பிரச்சினையைப் பார்த்தார்கள். நமது உற்பத்தி உறவு சாதிய உற்பத்தி உறவே என்ற மிக எளிய விடயத்தைக் கூட அவர்கள் புரிந்து கொள்ளவில்லை. தலித்துக்களுக்கான இடஒதுக்கீட்டு

கோரிக்கையையோ, இரட்டை வாக்குரிமைக் கோரிக்கையையோ இவர்கள் மறந்தும் உச்சரிக்கவில்லை. சுருக்கமாகச் சொன்னால் இன்றுள்ள பிரக்ஞாபூர்வமான தலித் தலைமை, தலித் தனித்துவம், தலித் பண்பாடு, தலித் இலக்கியம், தலித் கட்சி போன்றவற்றை நிராகரிப்பதற்காக வெள்ளாளப் பதர்களாலும் அவர்களின் அடிவருடிகளாலும் முன்மொழியப்படுவதுதான் இடது சாரி வழி சாதி எதிர்ப்புப் போராட்டம். இன்னொன்று ஈழத்திலுள்ள சாதியமைப்பும் தமிழகச் சாதியமைப்பும் வேறு வேறானவை என்கிற அறிவு சீவிகள் ஈழத்தில் பார்ப்பனர்கள் நேரடி ஆதிக்க சாதி இல்லை என்ற குழந்தைப் பிள்ளைக்கு கூட தெரிந்த புள்ளியைத் தவிர வேறெந்த காரணங்களாலும் தமது வாதத்தை இதுவரை நிறுவியதில்லையே. இந்த அறிவுசீவிகள் 'வீரகேசரி'யின் மூன்றாவது பக்கத்தில் 'ஈழச் சாதியமைப்பும் தமிழகச் சாதியமைப்பும ஒரு ஊடாட்டமும் ஆள் நிலை நோக்கும்' என்று கட்டுரை எழுதுவார்கள். அப்பத்திரிகையின் இரண்டாவது பக்கத்திலேயே சாதிய திருமண விளம்பரம் பல்லிளித்துச் சிரிக்கும். அதைத் தட்டிக் கேட்க வக்கில்லை... என்ன ஆய்வுச் செருப்பு வேண்டிக்கிடக்கிறது?

தமிழகத்தில் தலித் உணர்வாளர்களால் எழுப்பப்படும் 'நாங்கள் இந்துக்கள் அல்ல' என்ற முழக்கம் புகலிடத்திலும் எதிரொலிக்கிறதா?

நமது மொழி சாதி காப்பாற்றும் மொழி, நமது கலாச்சாரம் சாதி காப்பாற்றும் கலாச்சாரம், நமது இலக்கியம் சாதி காப்பாற்றும் இலக்கியம் என்றார் பெரியார். எங்கள் சூழலில் நமது தமிழ் தேசியம் சாதி காப்பாற்றும் தேசியம், நமது தமிழ் தேசியம் நம்மிடையே உள்ள சிறுபான்மை சமூகத்தை இரவோடு இரவாக வடபுலத்தை விட்டுத் துரத்திய தேசியம் என்பவற்றையும் கணக்கில் எடுத்துக் கொண்டு நாங்கள் தமிழ் அடையாளத்தையே மறுக்கிறோம்.

விடுதலைப் போராட்டம் நடைபெறும் சூழலில் நீங்கள் போராட்டத்தை விமர்சனம் செய்து 'கொரில்லா' நாவல் எழுதியிருப்பது விடுதலைப் போராட்டத்தை பின்னடையச் செய்யும் ஒரு முயற்சி என்றொரு பிரச்சாரம் இங்கே மேற்கொள்ளப்படுகிறதே?

விடுதலைப் போராட்டத்தை பின்னடையச செய்வது குறித்த கேள்விகளை எல்லாம் நீங்கள் புலிகளிடம்தான் கேட்க வேண்டும். சுந்தரம், ஒபரேய் தேவன், ஜெகன் அமீன், சிறிசபாரத்தினம் என்று ஆரம்பித்து இன்று வரை சகோதர இயக்கப் படுகொலை செய்வது

போராட்டத்திற்கு பின்னடைவு இல்லையா? அநுராதபுரத்திலும் எல்லைப் புறங்களிலும் அப்பாவி சிங்கள மக்களை கொன்று குவித்தது பின்னடைவு இல்லையா? சகோதர இயக்கங்களை தடை செய்து அழித்தது போராட்டத்திற்கு பின்னடைவு இல்லையா? ராஜினி, செல்வி, விமேலேஸ்வரன், தில்லை போன்ற எண்ணிலடங்கா கருத்துப் போராளிகளைக் கொன்று புதைத்தது பின்னடைவு இல்லையா? பிரேமதாசாவுடனும், சந்திரிகாவுடனும், ரணில் விக்கிரமசிங்கவுடனும் இரு வருடங்களுக்கு ஒரு முறை பின் கதவால் தேனிலவு கொண்டாடுவது பின்னடைவு இல்லையா? ஈழப் புலத்தில் அனைத்து மாற்றுக் கருத்துகளுக்கும் தடைவிதித்தது தொடர்ந்து பின்னடைவு இல்லையா? எல்லாவற்றிற்கும் மேலாக பரம்பரையாக எம்மோடு கூட வாழ்ந்த இசுலாமிய மக்களை ஒரே நாளில் கொள்ளையிட்டு விரட்டியது போராட்டத்திற்குப் பின்னடைவு இல்லையா? முற்று முழுதாக மக்களிடமிருந்து அந்நியப்பட்டு 'தலைவர்' அவதாரமாய் ஆனது பின்னடைவு இல்லையா? அதுதான் எல்லாவற்றையும் பாழாக்கி நாசப்படுத்தி விட்டார்களே. இதில் நான் எதைப் பிடித்து பின்னே இழுக்க... இன்னொன்று, இன்று புலிகள் மட்டுமே போராட்டத்தைக் குத்தகைக்கு எடுத்திருப்பதால்தான் அவர்களைச் சுட்டிப் பேசுகிறேன். தவிர மற்றைய அனைத்து இயக்கங்களும் சந்தர்ப்பம் கிடைத்த போதெல்லாம் மக்களுக்கும் போராட்டத்துக்கும் துரோகம் இழைத்தவர்கள் தான், இழைத்துக் கொண்டிருப்பவர்கள்தான்.

தலித்தியம் என்பது தலித் மக்களின் நியாயத்தில் இருந்து எழுவது. நீங்கள் தலித்தியத்தைச் சாக்காக வைத்து புலிகளுடனான உங்கள் தனிப்பட்ட கோபங்களைத் தீர்க்கிறீர்களா?

நாங்கள் ஆரம்பத்தில் சாதியம், ஆணாதிக்கம் போன்ற சமூக இழிவுகள் தேசிய விடுதலையூடாக நீங்கும் என நம்பினோம். பின்பு வர்க்கப் புரட்சியூடாக இவற்றைச் சாதிக்கலாம் என நம்பினோம். எல்லாக் கனவுகளும் தகர்ந்திருந்த வேளையில்தான் கடந்த சில வருடங்களுக்கு முன்பாக எங்களுக்கு பின் நவீனத்துவ அறிதல் முறையும், விளிம்பு நிலைச் சிந்தனைகளும் அறிமுகமாயின. இந்தச் சிந்தனை முறைமைகள் வல்லாதிக்கவாதிகளின் அரசியலுக்கு எதிராய் இருக்கின்றன. இந்தச் சிந்தனை முறைமைகளை வரித்துக் கொண்ட நாங்களும் புலிகள் உட்பட்ட எல்லா வல்லாதிக்க சக்திகளின் மேலும் கடும் விமர்சனங்களை வைத்துக் கொண்டிருக்கிறோம்.

தமிழகத்தில் பார்ப்பனர்கள் காட்டும் புலி எதிர்ப்புணர்வும் உங்களின் எதிர்ப்புணர்வும் எப்படி வேறுபடுகின்றன?

பாருங்கள்; திராவிட இயக்கங்கள் மீது சோ.ராமசாமி, சுந்தர ராமசாமி, சுப்பிரமணியசாமி போன்ற சாமிகள் வைக்கும் காழ்ப்பான விமர்சனங்களுக்கும் திராவிட இயக்கங்கள் மேல் அ.மார்க்ஸ், எஸ்.வி.ராஜதுரை போன்றவர்கள் வைக்கும் இடதுசாரி விமர்சனங்களுக்கும் இடையே வித்தியாசம் உண்டு. நான் புலிகளை நூறு சதவீதம் எதிர்க்கிறேன். ஆனால் இலங்கை இனவாத அரசை இருநூறு சதவீதம் எதிர்க்கிறேன். புலிகளின் இருப்புக்கு காரணமே இலங்கை பேரினவாத அரசின் இன ஒடுக்குமுறைதான் என்பதை நான் உறுதியாக நம்புகிறேன். சோ.ராமசாமி மற்றும் இருப்பத்தாறு உயிர்களைத் தூக்கிலிட்டு 'லீவர்' இழுத்த சத்தம் இன்னும் கேட்காததால் நிம்மதியான தூக்கமிழந்து அலைந்து கொண்டிருக்கும் கொலைகாரப் பாவி மாலன் போன்றவர்கள் நாம் புலிகள் மீது வைக்கும் விமர்சனங்களை அகண்ட இந்தியத் தேசியத்துக்கும், இந்திய அரசுக்கும் ஆதரவாகத் திரிக்கும் வேலைகளில் ஈடுபட்டிருக்கும் நயவஞ்சகத்தனத்தையும் நான் அறிவேன். அதே வேளையில் பால் தக்கரேயின் சிவசேனை புலிகளுக்கு ஆதரவு அளிப்பதன் பின்னாலுள்ள அரசியலையும் நாம் மறந்துவிடக்கூடாது.

பெரியார் பெண் விடுதலையைப் பேசினார்; பிரபாகரன் நடைமுறைப்படுத்துகிறார் என்றொரு பிரச்சாரம் உள்ளதே?

ஆயுத பாணிகளாவதால் மட்டும் பெண் விடுதலை அடைந்து விடுவாளா? ஈராக்கில் அமெரிக்க ஏகாதிபத்தியத்திற்கு எதிராக பெண்கள் ஆயுதம் ஏந்தியுள்ளார்கள். அங்கு பெண் விடுதலை சாத்தியாகிவிடும் என்று நாம் சொல்லலாமா? வியட்நாமில் இலட்சக்கணக்கான பெண்கள் ஆயுதப் போராட்டத்தில் ஈடுபட்டார்கள். வியட்நாம் பெண்ணின் இன்றைய நிலை என்ன? வியட்நாமில் நான் சில காலம் வாழ்ந்திருக்கிறேன். இன்று ஆசியாவின் மிகப்பெரும் பாலியல் அடிமைகளை உருவாக்கும் சந்தையாக அது வளர்கிறது. லாவோஸில் இரண்டு பசு மாடுகளைக் கொடுத்தால் ஒரு பெண்ணை விலைக்கே வாங்கி விடலாம். சங்க காலப் புகழும் தமிழ் கலாச்சாரக்காப்பும் பாடிக் கொண்டிருக்கும் புலிகளின் தலைமையில் பெண் விடுதலை குறித்து சிந்திப்பது மூடத்தனம். பெண் புலிகள் வருடா வருடம் மார்ச் 8ஆம் தேதியில் 'தலைவரின் தலைமையில் பெண் விடுதலையை

சாத்தியப்படுத்தியிருக்கிறோம்' என்று அறிக்கையிடுவது மகா அப்பாவித்தனம்.

புகலிடச் சிறுபத்திரிகைச் சூழலில் சம பாலுறவுகள் குறித்து என்ன அபிப்பிராயம் நிலவுகிறது?

காதலின் சூட்சுமமும் உடல்மொழியும் அறியா சில வரட்டு மார்க்ஸிஸ்டுகளையும், கலாச்சாரக் காவலர்களாக தமிழ்த் தேசியர்களையும் தவிர இங்குள்ள சிறு பத்திரிகைச் சூழல் சம பாலுறவுகளை அங்கீகரிக்கிறது. ஒப்பீட்டளவில் தமிழக சிறு பத்திரிகைச் சூழலை விட புகலிட சிறுபத்திரிகைச் சூழலில் சம பாலுறவு குறித்த கரிசனங்கள் அதிகம் என்றே நம்புகிறேன்.

காலச்சுவடு தமிழ் இனியை புகலிடங்களிலும் தொடர்ந்து நடத்தப் போவதாக செய்திகள் வருகின்றனவே! நீங்கள் பங்கெடுப்பீர்களா?

எனக்கு இது புதிய செய்தி. கருத்தரங்குகள் புகலிடங்களிலும் தொடரப் போகின்றன என்பது நல்ல செய்தியும்கூட. 'தமிழ் இனி 2000'த்தின் மீது வைக்கப்பட்ட நியாயமான விமர்சனங்களுக்குக் காது கொடுத்தும், புரவலர்களிடம் விலை போகாமல், இலக்கியம் மூலம் வியாபாரத்தை விருத்தி செய்ய முயலாமல், மாற்றுக் கருத்துகளுக்கும் உரிய இடமளித்து, குடித்து விட்டு வரக்கூடாது, அழைப்பிதழ் இல்லாமல் வரக்கூடாது, அரங்கினுள்ளே சத்தம் போடக்கூடாது, முத்தம் கொடுக்கக் கூடாது போன்ற போலிஸ் சட்டங்களின்றி அவர்கள் ஒரு கருத்தரங்கு நடத்தினால் மிகுந்த மகிழ்ச்சி. அதை விடுத்து அடாவடி 2000 தான் அடுத்து வரும் ஆண்டுகளிலும் தொடருமெனில் ஒரு அறிக்கையை விட்டதன் பின்னால் நாங்கள் ஒதுங்கிக் கொள்ளலாம். வேறென்ன செய்ய முடியும்? அறமிஞ்சிப் போனால், இந்தியன் சுஜாதாவும் கடப்பாறை ஜி.ஆர்.எஸ். கிருஷ்ணனும் வருவார்களானால் அவர்களுக்கு விமான நிலையத்தில் கறுப்புக் கொடி காட்டுவது குறித்து யோசிக்கலாம்.

கொரில்லா விமர்சனக் கூட்டத்துக்கு தந்தை பெரியார் திராவிடர் கழகத் தலைவர்களில் ஒருவரான ஆனூர் ஜெகதீசன் வந்திருந்தது குறித்து?

மிகவும் மகிழ்ந்தேன். எனக்கொரு நினைவுப் பரிசும் அளித்தார். அவரோடு உரையாடக் கூடிய சூழல் அமையவில்லை. ஆதலால் வேறெதுவும் சொல்ல முடியவில்லை.

புலம் பெயர் சூழலில் ஈழத்துப் பெண்ணியவாதிகள் என்ன மாதிரியாக இயங்கி வருகிறார்கள்?

மிகத் தீவிரமாக இயங்கி வருகிறார்கள். பெண்கள் என்ற பொது சாராம்சவாதத்தை விட்டுவிட்டு தலித் பெண்கள், கறுப்புப் பெண்கள் என்ற வித்தியாசங்களை நோக்கி நகரவும், குடும்பச் சிதைவு, மறு உற்பத்தி மறுப்பு என்ற தளங்களிலே பேசவும் எழுதவும் செயல்படவும் செய்கிறார்கள். சக்தி என்ற பெண்ணியப் பத்திரிகை வருவதை அறிந்திருப்பீர்கள். வேறு வேறு பத்திரிகைகளில் ஆண்களுடன் இணைந்து செயற்பட்டுக் கொண்டிருக்கும் பெண்ணியர்களிடமும் தீவிர உழைப்புக் காணக் கிடைக்கிறது. இந்த ஆண் பத்திரிகையாசிரியர்களை துரத்தி விட்டு இந்தப் பெண்ணியர்கள் பத்திரிகைகளை, களங்களை கைப்பற்றிக் கொள்ளும் போது மேலும் பல பரிமாணங்கள் புகலிடப் பெண்ணியத்துக்கு கிடைக்கக்கூடும் என நம்புகிறேன்.

ஈழத்தில் முசுலீம்கள் தாங்கள் ஒரு தேசமென எழுதுவது குறித்து?

நான் ஒரு தேசத் துரோகி. தேசிய அபிமானம், மொழி அபிமானம், சாதி அபிமானம் எல்லாவற்றையும் மக்கள் துறக்கக் கடவர் என்ற தந்தை பெரியாரின் வாக்கை முன் நிபந்தனையாக வைத்துக் கொண்டு ஒன்று கூறுகிறேன். முசுலீம் மக்களுக்கு தங்களுடைய அரசியலை தாங்களே தீர்மானிப்பதற்கு உள்ள உரிமைக்கும் நாம் நிபந்தனையற்ற ஆதரவு அளிக்கிறோம்.

ஈழப் பிரச்சினையை மணிரத்னம் அளவு கேவலமாக வேறு யாரும் சித்தரிக்க முடியாது!

நேர்காணல்: வி.எஸ். சிவதாணு,
இதழ், பத்திரிகை, பெப்ரவரி, 2007

நவீன தமிழ் இலக்கிய வரலாற்றில் புலம் பெயர்ந்த ஈழத்துப் படைப்பாளிகளின் பங்களிப்பு முக்கியமானது. ஈழத்திலிருந்து புலம் பெயர்ந்து தற்போது பிரான்ஸ் நாட்டில் வேலை பார்த்து வருபவர் ஷோபாசக்தி. நவீன தமிழ் இலக்கியத்தில் மிகத் தீவிரமாக இயங்கி வரும் எழுத்துப் போராளி. இவரது முதல் நாவலான 'கொரில்லா' ஈழ விடுதலைப் போராட்டத்தை மையமாக வைத்து எழுதப்பட்டது. இந்த நாவல் பெரும் பரபரப்பையும், சர்ச்சையையும் உண்டு பண்ணியது. இதனை அடுத்து 'ம்' என்றொரு நாவலும், 'தேசத்துரோகி' என்றொரு சிறுகதைத் தொகுப்பும் வெளியாகின. தற்போது ஒரு கட்டுரைத் தொகுதி வரவுள்ளது. பிரான்ஸ் நாட்டிலிருந்து தனது அடுத்த படைப்பை வெளியிட தமிழகம் வந்தவரை பெசண்ட் நகர் மாதா கோவிலை அடுத்துள்ள கடற்கரை மணலில் ஒரு மயக்கும் மாலைப் பொழுதில் சந்தித்து இனிய உதயத்திற்காக உரையாடினோம். அதிலிருந்து ....

எந்தச் சூழல் எழுதத் தூண்டியது?

எனக்கு நினைவு தெரிந்த காலத்தில் அதாவது பத்து வயதில் ஈழத்தில் தமிழ்த் தேசியம் எழுச்சியுடன் இயங்கிக் கொண்டிருந்தது.

நான் வளர்ந்ததே தமிழ் தேசிய முழக்கங்களைக் கேட்டுத்தான். மனித சமூகங்களுக்கு எதிராக நடக்கும் அக்கிரமங்களை அநீதிகளை மனித உரிமை மீறல்களைப் பார்த்துக் கொண்டு என்னால் சும்மா இருக்க முடியவில்லை. தனி மனிதனான நான் என்ன செய்ய முடியும்? அதனாலதான் எழுத்தைத் தேர்வு செய்து மாற்று அரசியல், மாற்றுக்கருத்துகள், மாற்று இலக்கியங்களை எழுதித் கொண்டிருக்கிறேன். எல்லா அமைப்புகளின் மேலும் நம்பிக்கை இழந்ததனால் நான் எழுத்தைத் தேர்வு செய்தேன்.

இந்திய சுதந்திரப் போராட்டத்தின் போது காந்தி, நேரு போனற தலைவர்கள் வெளிநாடுகளிலிருந்து இந்தியாவிற்கு வந்து சுதந்திரப் போராட்டத்தில் கலந்து கொண்டார்கள். ஆனால் நீங்கள் ஈழ விடுதலைக்கான போராட்டம் ஆரம்பிக்கும் போது அங்கிருந்து வெளியேறிவிட்டீர்கள். இது குற்ற உணர்வாக உங்களுக்குப் படவில்லையா?

ஈழத்திலிருந்து பல்வேறு காரணங்களுக்காகப் பல்வேறு காலகட்டத்தில் நிறையப் பேர் புலம்பெயர்ந்திருக்கிறார்கள். ஆரம்பகட்டத்தில் கல்வி கட்டத்தில் கல்வி கற்பதற்காகப் புலம் பெயர்ந்தார்கள். அடுத்துப் பணம் சம்பாதிப்பதற்காகப் புலம் பெயர்ந்தார்கள். 83 இல் ஈழத்தில் சண்டை ஆரம்பித்த போது உயிருக்குப் பயந்து புலம்பெயர்ந்தவர்கள் நிறைய பேர். இந்தக் கேள்வி என்னை மட்டும் குறித்துக் கேட்கப்பட்ட கேள்வியாக நான் எண்ணவில்லை. என்னைப் போல் மாற்று அரசியல், மாற்றுக் கருத்து பேசும் எல்ரோரையும் பார்த்துக் கேட்கும் கேள்வியாக நினைத்துதான் நான் இதற்குப் பதிலளிக்கிறேன். எங்களுக்குச் சிங்கள இராணுவத்தாலும், சகோதர இயக்கங்களாலும் இந்திய இராணுவத்தாலும் ஆபத்து வந்தபோது தான் என்னைப் போன்றவர்கள் வெளிநாட்டிற்குப் புலம் பெயர்ந்தோம். தற்போது பிறந்த மண்ணில் சண்டை நடந்து கொண்டிருக்கும் போது நாம் வெளிநாட்டில் இருக்கிறோமே என்ற வருத்தம் எங்களுக்கு இருக்கத்தான் செய்கிறது. இதைத் தாயகப்பாசம் என்று எடுத்துக் கொள்ளாதீர்கள். ஒரு இனம் பட்டினிச் சாவில் இருக்கும் போது நம்மால் நேரடியாக ஒன்றும் செய்ய முடியவில்லையே என்ற வருத்தம்தான். இருந்தாலும் எங்களைப் போன்றோர் சனநாயக உரிமைகள், மாற்றுக்கருத்து, எதிர்ப்பு அரசியல், குறித்துப் பேசிக் கொண்டுதான் இருக்கிறோம்.

ஈழத்திலேயே பிறந்து வளர்ந்த தமிழர்கள் இந்தியாவிலிருந்து அங்கு போன தமிழர்களை அடிமைகள் போல நடத்தினார்கள் என்று நான்

படித்திருக்கிறேன். அது உண்மையா? அதைப் பற்றிய உங்கள் கருத்தென்ன?

அது உண்மைதான். இந்தியாவிலிருந்து அங்கு வந்த தமிழர்களை 'வடக்கத்தியான்', 'கள்ளத்தோணி'. 'தோட்டக்காட்டான்' என்றுதான் கூறுவார்கள். ஈழ ஆதிக்க ஜாதியினர் அப்படி நடத்தியதை நான் சிறுவனாக இருக்கும் போது பார்த்திருக்கிறேன். இப்போதும் அது தொடர்கிறது.

மறைந்த ஈழத்துப் பெண் கவிஞரான சிவரமணியின் கவிதைகள் மிக வலி நிறைந்ததாக இருக்கிறது. அவரைப் பற்றி சொல்லுங்களேன்?

அவர் வாழ்ந்த காலம் கொஞ்சம்தான். இருபத்தி இரண்டு வயதிலேயே அவர் தற்கொலை செய்து கொண்டார். அற்புதமான கவிமொழி கிடைக்கப் பெற்றவர். அவர் தற்கொலை செய்வதற்குமுன் அவர் எழுதிய கவிதைகள் பெரும்பாலானவற்றை அவரே எரித்து விட்டார். இது தமிழ் கவிதைக்குப் பேரிழப்புதான்.

நீங்கள் கவிதை எழுதியிருக்கிறீர்களா?

ஆரம்ப காலங்களில் இயக்கம் சார்ந்த கவிதைகள் எழுதியிருக்கிறேன். இயக்கம் சார்ந்த கவிதைகள் எப்படி இருக்கும் என்று உங்களுக்குத் தெரியும்தானே. காசி ஆனந்தன் கவிதைகள் மாதிரி இருக்கும். அது தப்பு என்று தெரிந்தவுடன் எழுதுவதை நிறுத்திவிட்டேன்.

உங்களுடைய படைப்புகள் பைபிள் கதை நடைபோல இருக்கிறது. இது நீங்கள் திட்டமிட்டே எழுதுகிறீர்களா? அல்லது இயல்பாக அப்படி வருகிறதா?

பைபிளின் இலக்கிய நடை எனக்கு ரொம்பப் பிடிக்கும். ஆனால் பைபிளில் உள்ள கருத்துகள் எனக்குப் பிடிக்காது. பைபிளைப் போல பெண்ணடிமைத்தனமான மனிதத்திற்கு எதிரான புத்தகங்கள், பகவத்கீதை முதலியன எனக்குப் பிடிக்காது. ஆனால் பைபிளின் தமிழ் மொழி பெயர்ப்பு நடை எனக்கு ரொம்பப் பிடித்தமானது. அதனால் அதுபோல் திட்டமிட்டேதான் எழுதுகிறேன்.

உங்களுடை 'ம்' நாவலில் தந்தை மகள் உறவை வேறு விதத்தில் காட்டியிருந்தீர்கள். தற்போது சாருநிவேதிதா அண்ணன் தங்கை உறவை அவருடைய 'ராசலீலா' நாவலில் வேறுவிதத்தில் காட்டியுள்ளார். இந்தக்

'கலகக்குரல்' இலக்கியம் ஆகுமா?

இதில் 'கலக்குரல்' என்று சொல்வதற்கு ஒன்றுமில்லை. சொல்லப்போனால், நாம் நமக்கென்று சில இறுக்கமான பாலியல் முறைகளைக் கட்டமைத்து வைத்திருக்கிறோம். தமிழ் நாட்டில் அக்காள் மகளைத் திருமணம் செய்யலாம் என்று கட்டமைத்து வைத்திருக்கிறார்கள். ஆனால் எங்கள் நாட்டில் இப்படித் திருமணம் செய்தால் கல்லால் அடித்துக் கொல்வார்கள். தாய்லாந்தில் அண்ணன்தங்கை திருமணம் என்பது சமீபகாலம் வரை இருந்திருக்கிறது. முன்பு அரசர் காலங்களில் அண்ணன் தங்கைக்குத் திருமணம் செய்து வைப்பார்கள். இது சொத்து வெளியே போய்விடக் கூடாது என்பதற்காக. தற்போது வெளிநாடுகளிலும், தமிழ்நாட்டிலும் இது போன்ற சம்பவங்கள் நடப்பதாக பேப்பரில் செய்திகள் வருகின்றன. இது சரியா, தவறா என்ற விவாதத்தைப் பின்னால் வைத்துக் கொள்வோம். பாலியல் வழக்கம் என்பது ஒவ்வொரு காலத்திலும் ஒவ்வொரு விதமாகக் கட்டமைக்கப்படுகிறது. இதில் எந்தப் பாலியல் உறவு சரி, எந்தப் பாலியல் உறவு தவறு என்பதற்கு என்ன அளவுகோல் நம்மிடம் இருக்கிறது?

நீங்கள் ஈழத்திலிருந்து புலம் பெயர்ந்து தற்போது பிரான்ஸ் நாட்டில் வசிக்கிறீர்கள். ஈழத்தில் விடுதலை கிடைத்தால் பிரான்ஸ் வாழ்க்கையை விட்டுவிட்டு ஈழத்திற்குத் திரும்பிப் போவீர்களா? அல்லது பிரான்சிலேயே வாழ்வீர்களா?

நான் ஒரு தேசத்துரோகி. தந்தை பெரியார் சொல்வார் தேசத்திற்கு, ஜாதியத்திற்கு, மதத்திற்கு நீங்கள் துரோகம் செய்தால்தான் ஈடேற முடியும் என்று. எனக்கு நான் பிறந்த நாடு, தமிழ்த் தேசியம் இவற்றின் மீது நம்பிக்கை கிடையாது. 'நான்', 'என்னுடைய' என்னும் இந்த எண்ணம்தான் பிளவுக்கும், சண்டைக்கும் காரணம். நான் ஒரு சகோதரத்துவாதி. முதலில் நாம் மனிதர்கள். நான் ஈழத்தில் 20 வருடம் வாழ்ந்தேன். பிரான்சில் 20 வருடம் வாழ்கிறேன். இப்போது எனக்கு எது சொந்த நாடு? எங்கே சுதந்திரமாகச் செயல்பட முடியுமோ அங்கு வாழ்ந்துவிட வேண்டியதுதான். முதலில் வயிற்றுக்குச் சோறு கிடைக்க வேண்டும். முதலில் இனி என்னால் எங்கேயுமே நிரந்தரமாக வாழ முடியுமா என்பதே எனக்குச் சந்தேகமாக இருக்கிறது. அந்த மனநிலையும் எனக்கில்லை.

முன்னாள் இந்தியப் பிரதமர் ராஜீவ் காந்தியின் படுகொலையைப் பற்றி நீங்கள் என்ன நினைக்கிறீர்கள்?

மனிதத்திற்கு எதிராக எந்த ரூபத்தில் கொலைகள் நடந்தாலும் அது இந்திய அமைதிப்படை இலங்கையில் செய்தாலும் சரி அல்லது வேறு எந்த ரூபத்தில் கொலைகள் நடந்தாலும் சரி அது வன்மையாகக் கண்டிக்கக் கூடியது. அதைத் 'துன்பியல் சம்பவம்' என்று கடந்து செல்வது தவறு.

ஈழப் பிரச்சினைகளை முன் வைத்து சில தமிழகத் திரைப்படங்கள் எடுக்கப்பட்டிருக்கின்றன. அதைப் பற்றி உங்கள் கருத்தென்ன?

மணிரத்னம் எடுத்த 'கன்னத்தில் முத்தமிட்டால்' படம் பார்த்திருக்கிறேன். பொதுவாக, மணிரத்னம் காஷ்மீர் விடுதலைப் போராட்டம், இந்துஇஸ்லாமியர் பிரச்சினை போன்ற சீரியசான பிரச்சினைகளை வைத்துக் காமெடியாகப் படம் எடுப்பார். ஆனால் இவ்வளவு மோசமாக அதாவது ஈழத்துப் பிரச்சினையைப் பற்றிக் கொஞ்சம் கூட அரசியல் புரிதல் இல்லாமல், இவ்வளவு கேவலமாகப் படம் எடுத்திருக்கிறார். இது இவரால் மட்டுமே சாத்தியம். 'இருவர்' என்றொரு படம் திராவிட இயக்கத்தை மையமாக வைத்து எடுத்தார். அதில் திராவிட இயக்கத்தை சேறடித்தார். ஈழத்துப் பிரச்சினையை நன்கு புரிந்து கொண்டவர்கள் நவீன நாடகத்தில் இருக்கிறார்கள். சிறு பத்திரிகைச் சூழலில் இருக்கிறார்கள். ஆனால் அந்தளவுக்குப் புரிதல் உள்ளவர்கள் தமிழ் சினிமாவில் இல்லை!

மாற்று இலக்கியம், மாற்று அரசியல் என்றெல்லாம் பேசுகிறீர்களே... தமிழ்த் திரைப்படச் சூழலில் மாற்று சினிமாவுக்குச் சாத்தியம் உண்டா?

பிரான்சிலிருந்து மிகக் குறைந்த நேரத்தைக் கையில் வைத்துக் கொண்டே இங்கு வந்துள்ளேன். அதைப் பயனுள்ள விஷயத்துக்குப் பயன்படுத்துவோமே.

தற்போது ஆங்கிலம் கலந்து பேசுகிற தமிழ் தொடர்ந்தால் இன்னும் நூறு வருடங்களில் தமிழ் மொழி அழிந்துவிடும் என்று தமிழின் முக்கியமான கவிஞர்களில் ஒருவரான மாலதி மைத்திரி சொல்கிறார். இதைப் பற்றி உங்கள் கருத்தென்ன?

மாலதி மைத்ரி எந்த பகைப் புலத்தில் இதைச் சொன்னார் என்று எனக்குத் தெரியவில்லை. அதை நான் படிக்கவில்லை. ஆனால் எனக்கு அப்படித் தெரியவில்லை. தமிழ்மொழி

தொன்மையான ஒரு மொழி. இன்றைக்குப் புலம்பெயர்ந்த தமிழர்கள் உலகம் முழுவதும் வசிக்கிறார்கள். தமிழ் மொழி அழியும் என்று எனக்குத் தோன்றவில்லை.

இன்றைய தமிழ் இலக்கியச் சூழலைப் பற்றிச் சொல்லுங்களேன்?

இது முக்கியமான கேள்விதான். ஒட்டுமொத்த தமிழ் இலக்கியச் சூழலைப் பற்றிக் கேட்கிறீர்கள் என்று நினைக்கிறேன். இதை மூன்று விதமாகப் பிரிக்கலாம். தமிழ்நாட்டு இலக்கியச் சூழல், ஈழத்து இலக்கியச் சூழல், புலம் பெயர்ந்த தமிழ் இலக்கியச் சூழல். மூன்றுமே வெவ்வேறு விதமான தனித்தன்மைகளையும், சிக்கல்களையும் கொண்டவை. குறிப்பாகத் தமிழ்நாட்டு இலக்கியச் சூழலை எடுத்துக் கொண்டால் இதுவரை ஆதிக்க ஜாதியினரும், ஆணாதிக்கவாதிகளும்தான் எழுதிக் கொண்டிருந்தார்கள். ஆனால் இன்றைக்குத் தலித் இலக்கியம், பெண்ணியம், ஒடுக்கப்பட்ட மக்களின் உணர்வுகளை மையமாக வைத்து எழுதுபவர்கள் நிறைய வந்திருக்கிறார்கள். இது ஒரு ஆரோக்கியமான சூழல்தான். உதாரணத்திற்கு ஷோபாசக்தி என்ற சமையல்காரனை, ஆட்டோ ஓட்டும் சிவதாணு நேர்காணல் செய்வதைச் சொல்லலாம். இப்படியான விளிம்பு நிலைக் குரல்கள் ஒலிக்கத் துவங்கி இருக்கின்றன. இதற்கு அங்கீகாரமும் கிடைக்கிறது. எப்படி அங்கீகாரம் கிடைக்கிறது? பார்ப்பனர்களின் கையிலிருந்த விமர்சன அளவுகோல்களை முறித்துப் போட்டு இன்று ராஜ்கௌதமன், ரவிக்குமார், அ. மார்க்ஸ் போன்ற அற்புதமான விமர்சகர்கள் விளிம்பு நிலையிலிருந்து வந்திருக்கிறார்கள் என்பதே சந்தோஷமாக இருக்கிறது.

இன்றைய சிற்றிதழ் சூழல் பற்றிய உங்கள் பார்வை?

இதில் ஒரு பிரச்சினை இருக்கிறது. நான் வெளிநாட்டில் வசிப்பதால் இங்கு கிடைக்கும் சிற்றிதழ்கள் எனக்கு அங்கு கிடைப்பதில்லை. தீராநதி, உயிர்மை, காலச்சுவடு போன்றவற்றை அவர்களே இடை நிலைப்பத்திரிகை என்றுதான் சொல்கிறார்கள். அதனால் இன்றைக்குத் தமிழ்நாட்டில் இருக்கும் சிறு பத்திரிகைச் சூழலைப் பற்றி எனக்குச் சரியாகத் தெரியவில்லை. ஆனால் இன்றைக்குச் சுரண்டல் முதலாளிகளையும், நடிகர்களையும் இலக்கிய மேடையில் ஏற்றி சுரண்டலைப் பற்றியும், நவீன இலக்கியங்களைப் பற்றியும் பேசுகிறார்கள். இது லாப நோக்கத்திற்காக நடத்தப்படுகிறது. இது மிகவும் கேவலமான

ஒரு செயல். இதையெல்லாம் தாண்டி லஷ்மி மணிவண்ணன், ஆதவன் தீட்சண்யா போன்றோர் எந்தவிதமான சமரசங்களும் செய்து கொள்ளாமல் சிறு பத்திரிகைகளையும், படைப்புகளையும் செய்கிறார்கள் என்பது நமக்கு மகிழ்ச்சியளிக்கக் கூடியதாக இருக்கிறது.